झिमझिम

वि. स. खांडेकर

AA000769

मेहता पब्लिशिंग हाऊस

All rights reserved along with e-books & layout. No part of this publication may be reproduced, stored in a retrieval system or transmitted, in any form or by any means, without the prior written consent of the Publisher and the licence holder. Please contact us at **Mehta Publishing House,** 1941, Madiwale Colony, Sadashiv Peth, Pune 411030.

✆ +91 020-24476924 / 24460313

Email : info@mehtapublishinghouse.com
production@mehtapublishinghouse.com
sales@mehtapublishinghouse.com

Website : www.mehtapublishinghouse.com

◆ *या पुस्तकातील लेखकाची मते, घटना, वर्णने ही त्या लेखकाची असून त्याच्याशी प्रकाशक सहमत असतीलच असे नाही.*

ZIMZIM by V. S. KHANDEKAR

झिमझिम : वि. स. खांडेकर / लघुनिबंध संग्रह

© सुरक्षित

मराठी पुस्तक प्रकाशनाचे हक्क मेहता पब्लिशिंग हाऊस, पुणे.

प्रकाशक   : सुनील अनिल मेहता, मेहता पब्लिशिंग हाऊस,
१९४१, सदाशिव पेठ, माडीवाले कॉलनी, पुणे – ४११०३०.

मुखपृष्ठ   : चंद्रमोहन कुलकर्णी

प्रकाशनकाल : १९६१ / ऑक्टोबर, १९९३ / नोव्हेंबर, २०१३ /
पुनर्मुद्रण : मार्च, २०१८

P Book ISBN 9788171612932
E Book ISBN 9789386342812
E Books available on : play.google.com/store/books
www.amazon.in

श्री. मेघश्याम शिरोडकर
व
सौ. सुशीलावहिनी शिरोडकर
यांस

दोन शब्द

'झिमझिम' हा माझा दहावा लघुनिबंध-संग्रह. या संग्रहातले बहुतेक लिखाण 'मंझधार'च्या काळातच (१९४८ ते १९५९) झाले. 'मंझधार'मधली पंगत तशी काही लहान नव्हती. तरी हाताशी असलेल्या सर्व लघुनिबंधांचा तिच्यात समावेश होईना. म्हणून काही निबंध मागे ठेवावे लागले. कित्येकांची कात्रणेच माझ्या संग्रही नव्हती. या बेपत्ता मंडळींना शोधून काढावे लागले. हे शोधाशोधीचे काम प्रकाशक श्री. रा. ज. देशमुख व विद्यार्थी मित्र श्री. दामोदर नाईक यांनी तत्परतेने केले. संग्रह छापखान्यात गेल्यावर त्यातल्या काही निबंधांना पानशेतचा प्रसाद मिळाला. पण श्री. नाईक यांनी मुंबईहून ते निबंध लगेच नकलून पाठविले. त्यामुळे मुद्रण-प्रतीची वेळेवर डागडुजी झाली.

'वायुलहरी'पासून 'झिमझिम'पर्यंत तीन तपांच्या प्रवासात रसिक वाचकांची मला सदैव सोबत लाभली. 'मंजिऱ्या'सारखा एखादा अपवाद सोडला, तर आतापर्यंत लघुनिबंधाचा राजमार्ग सोडून मी कधी फार दूर गेलो नाही. आता एखाद्या आवडत्या पाऊलवाटेने भटकत जाण्याचा विचार आहे. या भ्रमंतीतही ही सोबत मला मिळेल, अशी आशा आहे.

कोल्हापूर   **वि. स. खांडेकर**
६-१०-६१

अनुक्रमणिका

१. पाहुणे / १
२. नवे पुस्तक / ७
३. हिवाळा / १२
४. फिरायला जाणे / १९
५. आडवी रेघ / २६
६. ध्रुवतारा / ३१
७. रात्रीचा पोशाख / ४०
८. नवे व्याकरण / ४८
९. वनलता / ५३
१०. सुविचार / ५८
११. नवा कायदा / ६२
१२. व्युत्पत्ती / ६९
१३. कल्पना / ७४
१४. घड्याळ / ८०
१५. सत्यं ब्रूयात प्रियं ब्रूयात / ८७
१६. आत्मचरित्रे / ९३
१७. पाच मिनिटे आणि एक तरुणी / १०३
१८. तीन लाख सुनीते / १०९
१९. उंच उडी / ११५
२०. आवाज / १२२
२१. न्हाणीघर / १२८
२२. धागा / १३५

१

पाहुणे

'दहा पाहुणे!'

लेखाचा तो मथळा वाचताच मी आश्चर्याने थक्क झालो. वाटले, बहुधा विनोदी गोष्ट असावी ही! फार प्राचीन काळी माणसाला अतिथी हा देवासारखा वाटत असेल. पण आजच्या काळात दारात दत्त म्हणून उभा राहणारा पाहुणा त्याला पूर्वजन्मीचा वैरी वाटला नाही, तरच नवल! अशा स्थितीत एखाद्याच्या दारात एकदम दहा पाहुणे उभे राहिले, तर या संकटातून त्या बिचाऱ्या यजमानाने आपली सुटका कशी करून घ्यायची? घराला मागचे दार असेल तर प्रश्नच नाही! त्या क्षणी ते त्याला स्वर्गदार वाटेल, यात शंका नाही. पण ते नसले तर?

खिडक्या काही केवळ हवा आणि उजेड यांच्यासाठीच केलेल्या नसतात. त्यांचा अन्य रीतीनेही उपयोग करता येतो, हे चोरांपासून संतांपर्यंत सर्वांनी सिद्ध केले आहे. तुळशीदास सापाला दोर मानून भर मध्यरात्री पत्नीला भेटायला गेला, तो खिडकीतूनच ना?

मधेच एक शंका माझ्या मनात आली. तुळशीदासाच्या काळी उघड्या खिडक्यांची पद्धत असावी. खिडकीला जाळी किंवा गज असलेच तर ते लाकडाचे. आतासारखे लोखंडी गज... ते मोडून किंवा वाकवून खिडकीतून पोबारा करायला घरमालक सर्कशीतला जगप्रसिद्ध खेळाडूच असला पाहिजे!

दहा पाहुण्यांचे संकट आपल्यावरच कोसळले आहे,

या कल्पनेने त्यातून पार पडायचा मी विचार करू लागलो. शिवाजीमहाराज मिठाईच्या पेटाऱ्यातून तुरुंगाबाहेर निसटले. पण तसा पेटारा सामान्य माणसाच्या घरात सापडायचा कसा? आणि चुकून तो मिळाला तरी आपण पेटाऱ्यात बसल्यावर तो उचलून बाहेर नेणार कोण?

माझी अक्कल अगदी गुंग होऊन गेली. त्या गोष्टीतल्या नायकाने दहा पाहुण्यांना कसे तोंड दिले, ते तरी पाहावे म्हणून मी ते लिखाण वाचू लागलो. पहिल्या दहा ओळी वाचताच माझा जीव भांड्यात पडला. ते दहा पाहुणे काल्पनिक होते! अंकगणितात लक्षावधी रुपयांच्या रकमा असतात ना! तसे!

'पंक्तीला दहा पाहुणे बोलवायचे असतील तर आतापर्यंत जगात होऊन गेलेल्या माणसांपैकी तुम्ही कुणाकुणाची निवड कराल?' असा प्रश्न एकाने उपस्थित केला होता आणि वाचकांकडून आलेल्या उत्तरांच्या आधारे संपादकांनी या निवडणुकीचा निकाल जाहीर केला होता. यापेक्षा अधिक भयंकर असे त्या लेखात काही नव्हते.

बहुमताने निवडून आलेल्या त्या दहा पाहुण्यांपैकी पहिल्या नावाकडे मी पाहिले... शॉ. मी विचार करू लागलो. छे! आपण नाही शॉला बोलावणार आपल्या पंक्तीला. त्याची पाच-सात नाटके मी मोठ्या आवडीने वाचली आहेत. नाटकांपेक्षाही त्याच्या प्रस्तावनांत मी रमून गेलो आहे. पण एकंदरीत तो काही इब्सेन आणि गाल्सवर्दी यांच्याइतका माझा आवडता नाटककार नाही. पण त्याला जेवायला न बोलावण्याचे मुख्य कारण काही हे नव्हे. शॉसारख्या माणसांचे मला मनातून नेहमीच भय वाटते. ती माणसे बुद्धिवान असतात. पण त्यांची बुद्धी म्हणजे छोट्या जॉर्ज वॉशिंग्टनच्या हातातली कुऱ्हाडच! ती कशावर, केव्हा चालेल याचा नेम नाही. शॉच्या जातीची माणसे विनोदी असतात यात शंका नाही. पण त्यांची विनोदी दृष्टी क्षणाक्षणाला भोवतालच्या माणसांचे सूक्ष्म निरीक्षण करीत असते. त्यांच्या टोप्या जाता जाता उडविण्यात तिला विलक्षण आनंद होतो. आता तुम्हीच सांगा, असला मनुष्य जेवता जेवता कुणाची, कशी कुचाळी करील, हे सांगता येईल का? जेवताना तरी माणसाने उदार मनोवृत्ती दर्शवावी, असे माझे ठाम मत आहे. आपला आत्माराम संतुष्ट झाल्यावर विनोदाने का होईना, जगातली वैगुण्ये चिवडीत बसण्यात काय स्वारस्य आहे?

माझ्या दहा पाहुण्यांच्या यादीत शॉला पहिलाच नव्हे तर दहावासुद्धा नंबर द्यायला मी तयार होणार नाही. समाजवादी विचारसरणीचा पुरस्कर्ता म्हणून एखादे वेळी तो मला जवळचा वाटतो. पण एकंदरीत त्याच्यात भावनेचा भाग फार कमी आहे. त्याच्यापेक्षा...

वृत्तपत्रातल्या दहा पाहुण्यांच्या यादीवरून मी नजर फिरवली. चौथ्या का पाचव्या नंबराला गांधींचे नाव होते. त्यांची सहृदयता म्हणजे अगदी बावनकशी सोने! तेव्हा आपण बोलवायच्या पाहुण्यांत त्यांना अग्रपूजेचा मान द्यायला हरकत नाही, असा विचार माझ्या मनात आला. पण लगेच या सोन्याच्या ढालीची रुपेरी

बाजू मला दिसू लागली. गांधींना जेवायला बोलावले म्हणजे आपल्यावर उपाशी राहण्याचाच प्रसंग एखादे वेळी यायचा. सन्मान्य पाहुणे खादाड असल्यामुळे नव्हे, तर आहाराविषयीच्या त्यांच्या असंख्य नियमांमुळे! साधारणत: पाहुणा जेवायला यायचा असला की बायका भजी करतातच. किंबहुना कुठल्याही नवऱ्याला भजी खायची लहर आली, तर त्याने स्वयंपाकखात्याकडे तसा सरळ अर्ज करू नये, असाच मी त्याला सल्ला देईन. वरिष्ठ अधिकारी जसा नोकराच्या रजेचा अर्ज ताबडतोब मंजूर करीत नाही, तशी पत्नीही पतीच्या असल्या मागणीकडे नेहमी दुर्लक्ष करते. आपल्या नवऱ्याला पोटदुखीचा आजार आहे, याची अशा वेळी तिला एकदम आठवण होते. म्हणून त्याने पाहुणे जेवायला येणार आहेत, असे सांगितले की पत्नीच्या सुग्रणपणाला एक प्रकारचे आव्हान मिळते आणि मग ताजी, गरम, खुसखुशीत भजी पतिराजांच्या पानात येऊन पडतात.

पण गांधी पाहुणे म्हणून आले तर यजमानाच्या पानातली भजी त्याच्या पोटात जाणे मोठे कठीण आहे. ते ताबडतोब असले खाद्य प्रकृतीच्या दृष्टीने किती अपायकारक आहे, हे त्याला सुनावल्याशिवाय राहणार नाहीत.

मात्र गांधींना पाहुणे म्हणून पंक्तीला बोलवायला माझे मन कचरू लागले, ते केवळ या कारणामुळे नव्हे. मी स्वभावत: गप्पीदास आहे. घरी-दारी, उठता-बसता देवाचे नाव घ्यावे, असे कुणातरी कवीने म्हटले आहे ना? गप्पांच्या बाबतीत तो उपदेश मी पूर्णपणे पाळतो. दुपारी जेवताना सुरू झालेल्या गप्पा अर्धवट टाकून तिसऱ्या प्रहरचा चहा घेण्याकरिता नाइलाजाने पाटावरून उठण्याचे प्रसंग माझ्यावर अनेकदा आले आहेत. अशा मनुष्याचे गांधींशी सूत कसे जमायचे? ते तर पळापळाला घड्याळ पाहणारे! नेमून दिलेली वेळ संपली की पाहुण्याला गाशा गुंडाळायला सांगणारे!

गांधींचे नाव रद्द करून मी मुकाट्याने दुसरी निवड करायचे ठरविले. नेपोलियनचे नाव मला मोठे आकर्षक वाटले. प्रेम आणि युद्ध यांच्या गोष्टी ऐकायला नेहमीच मोठ्या गोड असतात. नेपोलियनने दोन्ही क्षेत्रात अभूतपूर्व पराक्रम केले होते. 'मेरी वालावस्का' हा चित्रपट पाहिल्यापासून त्यातल्या मेरीच्या व नेपोलियनच्या करुणरम्य प्रेमकथेने तर मला चटका लावला होता. नेपोलियन पाहुणा म्हणून आपल्याकडे जेवायला आला, तर ती हृदयंगम कथा आपल्याला सविस्तर ऐकायला मिळेल, या कल्पनेने मी माझ्या यादीत पहिलेवहिले म्हणून त्याचे नाव निश्चित केले.

पण... माझ्यापुढे मूर्ती उभी राहिली, ती सेंट हेलेना बेटातल्या खडकावर बसून चारी बाजूंनी वेढणाऱ्या समुद्राकडे शून्य दृष्टीने पाहणाऱ्या एका पराभूत पुरुषाची! नेपोलियनने भोजनाचे निमंत्रण स्वीकारले तरी तो त्या उदास मन:स्थितीतच आपल्याकडे येईल आणि जेवताना सुद्धा 'सैन्ये पोटावर चालतात' असला सिद्धांत आपल्या

गळी उतरविण्याचा तो प्रयत्न करील, अशी भीती मला वाटू लागली. मी मनातल्या यादीतून त्याचे नाव खोडून टाकले.

त्या वृत्तपत्रातल्या पहिल्या दहा निवडक पाहुण्यांची यादी मी पुन:पुन्हा वाचू लागलो. एकही नाव माझ्या पसंतीला उतरेना. आता कुठे माझी चूक माझ्या लक्षात आली. अनुकरण म्हणजे आत्महत्या, या तत्त्वाची प्रचिती मला पटली. मी नकळत त्या वृत्तपत्रातल्या यादीचे अंधानुकरण करीत होतो.

ते वर्तमानपत्र दूर भिरकावून देऊन जगातून निघून गेलेली कोण कोण माणसे आपल्याला अगदी हवीहवीशी वाटतात, हे मी आठवू लागलो. लगेच वडिलांची मध्यम उंचीची, गोऱ्या, वाटोळ्या चेहऱ्याची मूर्ती माझ्या डोळ्यापुढे उभी राहिली. एके दिवशी बटाट्याच्या भाजीसाठी आईशी भांडून मी उपाशी शाळेला गेलो होतो. माझा तो सत्याग्रह अत्यंत यशस्वी झाला. मधल्या सुट्टीत वडिलांनी मला आपल्या कचेरीत नेऊन तिथे श्रीखंडपुरी खायला दिली. ते तापट होते खरे, पण त्यांची माझ्यावर अपरंपार माया होती.

बस्स! पहिले नाव निश्चित झाले.

वडिलांच्या पाठोपाठ धोंडू मोलकरीण माझ्या पंक्तीला येऊन बसली. मी आजपर्यंत अनेक सहभोजनांत भाग घेतला असेल. पण धोंडू माझ्याकडे जेवायला येणार, या कल्पनेमुळे होणारा आनंद अगदी अवर्णनीय होता. लहानपणी तिच्या घरच्या थाळीतली झुणकाभाकर मी आनंदाने खात असे. त्या गोष्टी जेवताना निघतील आणि मग आमच्या गप्पांना कमालीचा रंग चढेल. बोलता बोलता आपण अधिक जेवलो, हे काही केल्या कुणाच्या लक्षातसुद्धा येणार नाही!

धोंडूनंतर मुद्गल मास्तरांना बोलवायलाच हवे! ते मारकट होते हे खरे, पण त्यांच्या मनात माझ्याविषयी वात्सल्य होते, यात शंका नाही. पाचव्या यत्तेतली वार्षिक तपासणीची ती आठवण अजून विसरलो नाही मी. वडिलांचे औषध आणायला मला दररोज दवाखान्यात जावे लागे. त्यामुळे माझी शाळा पुष्कळदा बुडली होती. अभ्यास असा कच्चा असताना तपासणीच्या वेळी हजर राहण्यात काय मतलब आहे, असा पोक्त विचार करून मी त्या दिवशी शाळेला बुट्टी दिली. पण मास्तरांनी मुद्दाम मुले पाठवून मला बोलावून नेले. मी शाळेत पाऊल टाकताच डोळे वटारून ताडताड बोलले ते मला. असा राग आला होता मला त्यांचा! पुढे इन्स्पेक्टर आमच्या वर्गात आले. त्यांच्या अनेक प्रश्नांची मी बरोबर उत्तरे दिली. ते निघून गेल्यावर मास्तरांनी माझ्याकडे ज्या अभिमानाच्या दृष्टीने पाहिले... त्यांच्या

त्या दृष्टीने माझा आत्मविश्वास जागृत केला.

मास्तरांना शेवटी वेड लागले होते म्हणे! असेना. ते वेड कायम असले तरी आमच्या पंक्तीचा ते विरस करणार नाहीत, अशी माझी खात्री आहे.

मास्तरांच्या नंतर... ती निळ्या डोळ्यांची गोड मुलगी! दोनच महिने ती माझ्या आयुष्यात आली. नुकताच कुठे मी कॉलेजात गेलो होतो तेव्हा. दररोज कमीतकमी मी एक-दोन कविता लिहीत होतो. त्या दोन महिन्यातल्या कवितांत 'पुष्पा' म्हणून मी तिचा उल्लेख करीत असे. तिचे खरे नाव काय होते ते मला आठवत नाही. पुढे पुष्कळ वर्षांनी तिची मी अगत्याने चौकशी केली. ती अकाली हे जग सोडून गेल्याचे मला कळले. त्यावेळी तिच्याविषयी माझी काय भावना होती, हे माझे मला अजूनही कळत नाही. ते प्रेम असेल अथवा नसेल. पण त्या निळ्या डोळ्यांच्या आणि हसऱ्या चेहऱ्याच्या मुलीची मधुर स्मृती अद्यापही माझ्या मनात तरंगत आहे. तिला आयुष्य लाभायला हवे होते, तिच्या उपयोगी पडायची एखादी तरी संधी आपल्याला मिळाली असती तर बरे झाले असते, असे काही तरीतिची आठवण होताच मनात येते.

ती निळ्या डोळ्यांची मुलगी सोळाव्या वर्षी माझ्या आयुष्यात येऊन गेली. त्यानंतरच्या तीन तपांत मला भेटलेली आणि प्रिय झालेली कितीतरी माणसे लगबगीने माझ्यापुढे येऊन उभी राहिली. माझ्या पाहुण्यांची यादी हा हा म्हणता वाढू लागली. क्षणार्धात ती पंचविसावर गेली. मी एकदम दचकलो. चोविसांपेक्षा अधिक माणसे जेवायला बोलावणे हा अन्ननियंत्रण कायद्याचा भंग आहे, ही गोष्ट मला आठवली. लगेच माझे मलाच हसू आले. कल्पनासृष्टीत किती रंगून गेलो होतो मी!

शॉपेक्षा धोंडू मोलकरणीला आणि गांधीपेक्षा इंग्रजी पाचवीच्या मास्तरांना मी अधिक प्रिय मानतो, हे पाहून अनेक लोक माझ्यावर रागावतील. पण प्रेम आणि आदर, बुद्धी आणि भावना, जगाचे जीवन आणि स्वत:चे आयुष्य यातले अंतर त्यांना कळत नाही, असेच मी म्हणेन. आपली बुद्धीची किंवा भक्तीची भूक भागवायला महापुरुष ठीक असतात. मी मोठ्या आनंदाने भगवान सूर्यनारायणाशी त्यांची तुलना करीन. पण पवित्र, तेजस्वी, बुद्धिदाता, चराचर सृष्टीचा निर्माता वगैरे कितीही विशेषणे आपण सूर्याला लावली, तरी दुपारी बारा वाजता बायकोला बरोबर घेऊन रखरखणाऱ्या उन्हात हौसेने फिरायला काही कुणी जात नाही. त्या आनंदाचा आस्वाद मनुष्य चांदण्या रात्रीच घेतो. चंद्र कलंकित आहे, परप्रकाशित आहे, हे ठाऊक असूनसुद्धा!

अर्थात जेवायला बोलवायच्या परलोकवासी पाहुण्यांची मी वर केलेली यादी अगदी पक्की आहे. वडील, धोंडू, मास्तर, ती निळ्या डोळ्यांची मुलगी...

तुम्ही कान टवकारून यादीतली नावे ऐकायला लागला आहात, याची जाणीव

आहे मला. त्या निळ्या डोळ्यांच्या मुलीनंतर आणखी एखादी तरुणी माझ्या पंक्तीला येणार आहे की काय, या कुतूहलाने तुम्ही बैचेन झाला असाल. पण माझी पुढली नावे वाचून दाखविण्यात काय अर्थ आहे? मला काही ही यादी वर्तमानपत्रात छापायला द्यायची नाही!

१९५१

♥

२

नवे पुस्तक

बस वळली. किंचित पुढे गेली. समोर कोपऱ्यावरच्या घरातल्या दिव्याचा प्रकाश दिसू लागला. आनंदाची एक लहर माझे शरीर पुलकित करून निघून गेली. आपले घर... तो प्रकाश नव्हे, त्या घराचे स्मित आहे! ते हसून आपले स्वागत करीत आहे, असे मला वाटले.

सकाळी आठ वाजता मी कामाकरिता घराबाहेर पडलो होतो. दिवसभर भटकून, बडबडून, थकून गेलो होतो. वादळी समुद्रात सापडलेल्या जहाजाला एखादा दीपस्तंभ दिसावा, तसा तो घरातून डोकावून पाहणारा प्रकाश मला वाटला.

माझ्या डोळ्यापुढे चित्रे नाचू लागली. मी घंटा वाजविताच छोटी मंगल धावत दार उघडायला येईल. मी दिसताच लडिवाळपणाने ती मला मिठी मारील. मग मी तिला उचलून घेईन, लगेच ती म्हणेल,

'माझा पापा घ्यायचा नाही हं. मी मोठ्ठी झालेय आता.'

खाली उतरून ती मला शाळेतल्या गोष्टी सांगू लागेल. त्या सांगता सांगता मधेच बोबडे बोलेल, मग आपण तिचा गालगुच्चा घेऊन म्हणू,

'अहा रे, बोबडकांदा...'

खरंच, वात्सल्य ही केवढी संजीवनी आहे! शुक्राचार्यांची कथा ही काही केवळ मद्यपानाचे अनर्थ दर्शविणारी कथा नाही. ती खरोखर वात्सल्याच्या विजयाची कथा आहे. शुक्राचार्यांना जर देवयानीसारखी मुलगी

नसती तर मद्याच्या प्याल्यात राख म्हणून मिसळून गेलेला कच पुन्हा कधीच जिवंत झाला नसता!

कल्पनेच्या या तरंगांवर झुलतच मी घराच्या पायऱ्या चढलो. आतून कुणाचे तरी रडणे ऐकू येत होते. रडणे हेसुद्धा एक प्रकारचे संगीत आहे. ते अनेक रागांत गाता येते. मंगल विविध राग आळवीत होती. तिच्या एकेक सुराने माझ्या स्वप्नाचा चुरा होत होता.

मी खिन्नपणाने स्वत:शीच हसलो. मनात आले, या जगात सफल होणारी स्वप्ने किती कमी आहेत.

दार उघडले. मी आत आलो. मंगलला जवळ घेतले. ती अधिकच जोराने रडू लागली. आतापर्यंत वाचलेली बालमानसशास्त्रावरली सर्व पुस्तके आठवून मी माझे मन व हात कसेबसे ताब्यात ठेवले. शेवटी इतरांकडून तिच्या रडण्याचे कारण मला कळले. ती नुकतीच तिसरीत गेली होती. तिचे वाचनपुस्तक कालपर्यंत बाजारात मिळत नव्हते. आज ते कुठल्यातरी एका दुकानात आले होते. तिच्या वर्गातल्या दहा-बारा मुली आज ते वर्गात घेऊन आल्या होत्या. मधल्या सुट्टीत ही ताजी बातमी ती आईला सांगून गेली. संध्याकाळी शाळा सुटल्यावर तिने 'अर्जंट' असा शेरा मारून ती मागणी केली. पण तिचे पुस्तक आणायला कुणीच गावात गेले नव्हते.

'उद्या' हा शब्द मुलांच्या कोशातच नसतो. माझे शरीर आंबले होते. पण मंगलची कळी फुलविण्याकरिता मी तिला बरोबर घेऊन गावात गेलो. ते पुस्तक पैदा करून आलो. आलो, तो पाने मांडली होती. 'जेवल्यावर पुस्तकाला पुठ्ठा घालू.' असे मी तिला सांगू लागलो. पण तिची समजूत पटेना. आपल्या आधी जेवून सुलभा बैठकीच्या खोलीत गडबडीने येईल आणि त्या नव्या पुस्तकावर शाई सांडेल, अशी तिला भीती वाटत होती. तारांच्या कुंपणातून जाता जाता नवी चिमुकली साडी फाडून घेणारी, काहीतरी खाऊन हात धुतले की ते फ्रॉकला पुसणारी ती पोरटी पुस्तकाला इतकी जपू इच्छिते, हे पाहून मला मोठा आनंद झाला. मागच्या जन्मी मोठी पंडिता असली पाहिजे ही! त्याशिवाय पुस्तकाची इतकी काळजी...

रंगीत पुठ्ठा घातलेले ते पुस्तक जवळ घेऊनच मंगल झोपली. झोपेत ती एक-दोनदा हसल्याचासुद्धा भास झाला मला. बहुधा ती आपले पुस्तक आभाळाला दाखवून त्याला हिणवीत असावी! ती त्याला म्हणत असेल,

'तुझ्यापाशी सकाळ-संध्याकाळ खूप रंगीत कागद असतात, पण त्यांचा पुठ्ठा कुठे तुला आपल्या पुस्तकाला घालता येतो?'

या प्रसंगाला दोन महिने होऊन गेले. संध्याकाळी मी दमूनभागून घरी आलो.

मुले कुठे खेळायला गेली होती. घर कसे सुनेसुने भासत होते. चित्रपटाच्या पडद्यावर नुसती माणसे दिसावीत आणि कुणाचाही आवाज ऐकू येऊ नये, तसे मला वाटू लागले. हुश्श करीत मी बैठकीच्या खोलीतला दिवा लावला आणि तक्क्याला टेकून पडलो. तक्क्यापाशीच एक पुस्तक दिसले. ते सहज उचलले. पहिल्या पृष्ठाकडे नजर टाकली. त्याच्यावर तेहेतीसचा आकडा होता. बत्तिशी पार पाडलेल्या त्या पुस्तकाची मला कीव आली. आता त्या बिचाऱ्याचा काय उपयोग होता? द्यावे रद्दीत टाकून, असे म्हणत मी डोळे मिटणार होतो. इतक्यात ते कसले पुस्तक आहे ते पाहावे, अशी लहर मला आली. मी पाने चाळू लागलो. हे मंगलच्या इयत्तेचे वाचनपुस्तक आहे, हे चटकन माझ्या लक्षात आले. तेच ते पुस्तक... ज्याच्याकरिता तिने त्या दिवशी इतके आकांडतांडव केले होते आणि अवघ्या दोन महिन्यात त्याची काय दुर्दशा झाली होती! त्याची पहिली बत्तीस पाने तर बेपत्ताच होती. उरलेलीही आपल्या आयुष्याच्या किती घटका शिल्लक राहिल्या आहेत, याचा विचार करीत असावीत. आत दोन-तीन ठिकाणी शाईचे वेडेवाकडे डाग पडले होते. एका मुलीला मिशा काढल्या होत्या, एका म्हाताऱ्याच्या डोक्यावर शिंगासारखे काहीतरी उगवलेले दिसत होते...

मला मंगलचा राग आला. पोरटी घरात नव्हती म्हणून! नाही तर तिला समोर उभे करून अशी हजेरी घेतली असती... ते बालमानसशास्त्र गेले खड्ड्यात!

डोळे मिटून मंगलची वाट पाहत मी पडून राहिलो. पण शरीर स्वस्थ असले, तरी माझे मन भ्रमतच होते. ते भुरकन उडून माझ्या बाळपणात उतरले. मी दुसऱ्या इयत्तेत होतो तेव्हा. कशाबद्दल तरी 'वसईचा वेढा' हे पुस्तक मला बक्षीस मिळाले होते. पुढे काही दिवसांनी त्या बक्षिसात एक चूक झाली आहे, हे हेडमास्तरांना आढळून आले. म्हणजे माझा शेवटचा नंबर आला होता म्हणून मला बक्षीस मिळाले होते, असे नाही तर माझे पुस्तक दुसऱ्या कोणाला तरी दिलेले होते आणि त्याचे पुस्तक चुकून मला बहाल करण्यात आले होते. हेडमास्तरांनी 'वसईचा वेढा' परत आणायला मला सांगितले. त्या दिवशी मी अगदी रडकुंडीला आलो. वसईच्या वेढ्यात त्या किल्ल्याची जी स्थिती झाली असेल, ती मला मिळालेल्या त्या पुस्तकापेक्षा खास बरी असेल! त्याची सर्व पाने शोधून गोळा करण्याकरिता मला तब्बल तीन तास लागले. तरी बरे! स्वयंपाकिणीने हाती धरण्याकरिता त्याचा उपयोग केला नव्हता. ती सगळी पाने चिकटवून, त्यांना पुस्तकाचा आकार आणण्याकरिता मला काय परिश्रम पडले, ते त्या परमेश्वरालाच माहीत!

विद्यार्थिदशेतल्या अशा अनेक आठवणी जाग्या होऊ लागल्या. कुठून हे

स्मृतींचे पोळे आपण डिवचले, असे मला झाले.

काहीतरी वाचीत पडावे, म्हणून मी उठलो. कपाट उघडले. समोरच इब्सेनचा नाट्यसंग्रह होता. बरेच दिवसात... छे, वर्षांत... इब्सेन चाळला नव्हता. कुठला तरी एक आवडता अंक वाचावा म्हणून मी ते पुस्तक हातात घेतले. पण ते माझ्या हातात तसेच राहिले. जवळजवळ दोन तपांपूर्वी 'इब्सेन' मी पहिल्यांदा वाचला. तेव्हाच्या अनेक रात्री माझ्या डोळ्यापुढे उभ्या राहिल्या. एखादा सुंदर देखावा कितीही पाहिला तरी मनाची तृप्ती होत नाही ना, तशी माझी त्यावेळी स्थिती झाली होती. इब्सेनवर एक टीकाग्रंथ लिहायचे ठरवून मी रात्री बारा-बारा वाजेपर्यंत जागत होतो, टिपणे करीत होतो. मुंबईहून मित्रांकडून पुस्तके मागवीत होतो, ती वाचीत होतो. माझ्या ध्यानी-मनी-स्वप्नी इब्सेनशिवाय दुसरे काही नव्हते तेव्हा! एकदा जेवताना 'डॉल्स हाऊस'च्या शेवटच्या अंकाचा मी खाली मान घालून विचार करीत होतो. बायको मला सांगत होती,

"त्या कुंभाराचा मुलगा शाळेत येतो ना? त्याला म्हणावं, तुझ्या बापाला बोलावलंय जरा. मी दररोज सांगते नि तुम्ही दररोज विसरता. ते भट-ब्रेन-टॉनिक तरी घ्यायचं होतं जरा. या शेगड्या अगदी निरुपयोगी झाल्या आहेत. मी स्वयंपाक तरी कसा करू?"

मी एकदम मान वर करून उत्तर दिले.

"Thousands of women have done it." (आतापर्यंत हजारो बायकांनी हे केले आहे.)

ती चिडली. म्हणाली,

"काय केलंय? आपलं डोंबलं? आणा त्या तुमच्या बायकांना माझ्यापुढे, एकेकीला बसविते इथं नि लावते स्वयंपाक करायला. म्हणजे तिला कळेल या शेगड्यांचं सुख!"

हे शब्द कानावर पडले, तेव्हा कुठे आपली चूक माझ्या लक्षात आली. 'डॉल्स हाऊस'ची नायिका जे वाक्य उच्चारते, ते त्यागाला उद्देशून आहे, शेगड्यांना नाही!

इब्सेनचा एवढा मोठा भक्त होतो मी, त्याच्यावरले माझे पुस्तक चार-पाचशे पानांचे तरी झाले असते. त्या संकल्पित पुस्तकाची टिपणेच...

अरेच्या, पण ती टिपणे आता आपल्यापाशी कुठे आहेत? आणि तो ग्रंथ लिहायचा संकल्प! तोही कुठे गेला, कळत नाही. आपल्याला अजून पुष्कळ पुस्तके लिहायची आहेत, असे आपण दररोज मनाशी घोकतो. पण त्या सर्वांत 'इब्सेन' नाव कुठेच नसते. असे का व्हावे?

एकट्या 'इब्सेन'चीच गोष्ट कशाला हवी? असे लेखनाचे कितीतरी संकल्प

आपण विसरून गेलो आहो. ज्या सुंदर कल्पनांच्या जन्माच्या वेळी आपण हर्षाने नाचलो होतो, त्या आज कुठे आहेत? जी स्वप्ने प्रथम आपल्याला पडली तेव्हा आपण कुठल्या तरी अनामिक धुंदीने बेहोश झालो होतो. त्यांचा चुरासुद्धा आज आपल्या हातात नाही. इच्छा, आशा, स्वप्ने, संकल्प यांचे थवेच्या थवे माझ्या मिटलेल्या डोळ्यापुढून उडत जाऊ लागले. किती नाजूक पंख... किती सुंदर रंग...

मी डोळे उघडून पाहिले. त्यातले काही काही आपल्या आयुष्यात प्रत्यक्षात उतरले नाही, याचा मला खेद वाटला. पण तो क्षणभरच!

तेहेतिसाव्या पानावर सुरू होणाऱ्या मंगलच्या पुस्तकाकडे माझे लक्ष गेले. त्याने मला एकदम दिलासा दिला. एक विचित्र कोडे क्षणार्धात सुटले.

आशा, स्वप्ने, संकल्प ही आयुष्यातली फुले आहेत, ही जाणीव मला झाली. ती क्षणभंगुर असली, तरी आपले आयुष्य सुगंधित करून जातात. त्यांचे सुख सफलतेत नाही, तर नावीन्यात आहे. हे सुख आपण भरपूर मिळविले आहे. आपली अनेक स्वप्ने भंग पावली असतील. कितीतरी संकल्प या फाटक्या पुस्तकाप्रमाणे...

इतक्यात खेळून परत आलेली मंगल धावत आली आणि माझ्या कुशीत शिरून लाडकेपणाने डोके घुसळू लागली.

प्रत्येक स्पर्शाची भाषा भिन्न असते. स्वारीला काहीतरी हवे आहे, हे ओळखून तिचे तोंड वर करीत मी विचारले,

"काय हवंय तुला?"

माझ्या नजरेला नजर न देता मंगल म्हणाली,

"माझं पुस्तक फाटलंय भाऊ. मी नाही फाडलं, सुलभीनं. त्याची बत्तीस पानं..."

मी हसत उठलो आणि म्हणालो,

"चल, आपण नवं आणू या दुसरं!"

१९५१

♥

३

हिवाळा

कित्ती वाजले होते देव जाणे! मी एकदम जागा झालो. कुणाच्या चाहुलीने नव्हे. चोरपावलांनी खोलीत प्रवेश करणाराची चाहूल... आणि तीही गाढ झोपलेल्या माणसाला... कशी ऐकू येणार?

मात्र त्या व्यक्तीचे अस्तित्व मला जाणवत होते. मी डोळे उघडून पाहू लागलो. माझ्या अंगावर काटा उभा राहिला. चोराच्या भीतीने? छे! खोलीत शिरलेल्या त्या अमूर्त व्यक्तीच्या नाजूक हालचालींनी! ती माझ्या अंथरुणाच्या आसपास घोटाळत होती. क्षणार्धात अगदी जवळ आली ती! गालातल्या गालात हसत, स्वत:शीच एक अस्फुट मधुर गीत गुणगुणत. तिच्या स्पर्शाने माझे शरीर रोमांचित झाले. सतारीच्या किणकिणाटासारखे ते रोमांच मला वाटले. त्या अदृश्य व्यक्तीला उद्देशून मी म्हणालो,

'आलीस, फार चांगलं झालं. तू कुठंतरी दूर पळून गेली आहेस, असा साऱ्या लोकांचा समज झाला आहे. जग कितीही सुधारलं, तरी स्त्रीजातीविषयी ते थोडंसं साशंक असतंच. त्यांचा हा गैरसमज आता दूर होईल.'

पडल्या पडल्या पायाजवळचा रग मी वर गळ्यापर्यंत ओढला. त्याची ऊब मला मोठी आल्हाददायक वाटली. मी त्याला म्हणालो,

'मित्रा, प्रसंगाशिवाय माणसाची पारख होत नाही हेच खरं! गेला महिना, दीड महिना तू माझे पाय धरून बसला आहेस आणि मी एकसारखा तुला लाथाडत

आहे. आज ही थंडी पडली, तेव्हा कुठं माझ्या लक्षात आलं की तू माझा जीवश्चकंठश्च मित्र आहेस!'

रगाच्या उबेत शरीर सुखावले. पुन्हा निद्रेची आराधना करू लागलो. डोळे मिटले. पण मन उघडेच होते. त्यात अनेक आठवणी गर्दी करू लागल्या.

लहानपणी थंडी अशीच अचानक येई चोरपावलांनी. मध्यरात्र उलटल्यावर मला तिची मोठी मौज वाटे. ती एखाद्या परीसारखी भासे. ही परी दिवसभर गावाबाहेरच्या रानात गुप्तपणाने संचार करते आणि रात्र पडल्यावर हळूच गावात येते, अशी काहीतरी माझी त्यावेळी कल्पना होती.

पुढे पुढे वाटे, या थंडीचे मांजराशी अगदी जवळचे नाते असले पाहिजे. तसे पाहिले तर ही ऊनपावसाची बहीण. पण त्यांच्या आणि हिच्या स्वभावात अगदी जमीन-अस्मानाचे अंतर! ऊन येते ते हजारो कर्णकटू आवाज बरोबर घेऊन. पाऊस पडतो तो ढगांची घोडदौड करीत, टापांचा टपटप आवाज ऐकवीत. थंडीचे तसे नाही. ही अबोल ललना फार लाजाळू आहे. ती नेहमी मांजराच्या पावलांनी माणसाच्या खोलीत प्रवेश करते.

सकाळी उठलो, तेव्हा थंडीचा चांगलाच कडाका पडला होता. काही केल्या मुले पांघरुणाची ऊब सोडून उठायला तयार होईनात. साम-दाम-दंड-भेद वगैरे सर्व उपाय हरले. मराठमोळ्यातली डोक्यावरून पदर घेण्याची पद्धत फार चांगली आहे, हा शोध सौभाग्यवतीला लागलेला दिसला. अनेक सचित्र जाहिरातींत चहाचे जे गुणवर्णन आढळते ते अक्षरशः सत्य आहे, असे माझे अंतर्मन आवेशाने प्रतिपादन करू लागले.

चहा घेतल्यावर ट्रंकेतला जुना स्वेटर अंगावर चढवून मी फिरायला बाहेर पडलो.

रस्त्यावरचे सारे लोक थंडीच्या या आकस्मिक स्वारीने त्रस्त झालेले दिसले. कुणी मोठे हातरुमाल कानावरून बांधून घेतले होते, कुणी छातीशी कोट घट्ट लपेटून चालले होते, कुणी नुसतेच हात चोळीत जात होते. बहुधा थंडीच्या नावाने ते बोटे मोडीत असावेत.

उन्हे वर आली पण हवेतला गारठा नाहीसा होईना. ओळखीची माणसे अधूनमधून मला भेटत. 'कसं काय!' या प्रश्नाऐवजी जो तो म्हणे,

'छे, बुवा! अशी थंडी कधी पाहिली नव्हती? काय वाइट्ट वारं सुटलंय.'

काही उत्तर न देता मी दूरवर पाही. निळसर धुक्याचे रंग पांघरून मोठमोठे डोंगर अजून अंथरुणात लोळत पडले आहेत, असा भास मला होई.

घरी, बाहेर, बसमध्ये, मंडईत, सभास्थानी... जिथे जावे तिथे प्रत्येक जण थंडीची निंदा करीत होता. दिवसभर जो तो हुडहुडी भरल्यासारखे करून म्हणत होता,

'काय गार वारं सुटलंय! ही थंडी फार वाईट बुवा!'

अजून थंडी पडत नाही म्हणून कालपर्यंत तक्रार करणारे जग, आज ती पडली म्हणून आक्रोश करू लागले.

माणूस स्वभावत: असंतुष्ट आहे, हेच खरे! तुम्ही एखाद्याच्या गळ्यात सुस्वभावी कुरूप मुलगी बांधा, तो म्हणेल,

'हिच्यावर मी प्रेम कसं करू?'

जणू काही प्रीतीची वेल फक्त लावण्याच्या परिसरातच फुलू शकते. तो सुखी व्हावा, म्हणून साऱ्या जगातली सुंदर मुलगी तुम्ही त्याला शोधून आणून द्या. तो लगेच कुरकुर करू लागेल,

'या अप्सरेला घेऊन मी काय करू? सारं जग हिच्याकडे अष्टौप्रहर टकमक बघत बसणार! हिला मी कुठं सांभाळत बसू? मला काय तेवढाच धंदा आहे?'

थंडीचे राज्य आले, म्हणून चोहीकडे दिवसभर द्वाही फिरविणाऱ्या गार वाऱ्याची पदोपदी ऐकू येणारी निंदा मला थेट याच मासल्याची वाटली. आपल्याला न आवडणाऱ्या गोष्टी क्षुद्र लेखण्यात माणूस किती पटाईत असतो पाहा! हिवाळ्यातल्या या गार वाऱ्याविषयी जो तो तुच्छतेने आणि तुसडेपणाने बोलत होता. वसंत ऋतूतल्या वाऱ्याच्या झुळकांना वायुलहरी या नाजूक नावाने संबोधणारे आणि वर्षाकाळातल्या बेछूट वाऱ्याला झंझावात हे काव्यमय नाव देणारे जग थंडीची साथ करणाऱ्या वाऱ्याला अगदी नालायक मानीत होते. पावलोपावली त्याचा नपुंसकलिंगी उल्लेख करीत होते. त्या बिचाऱ्या वाऱ्यावर हा फार मोठा अन्याय होत आहे, असे मला वाटले. वासंतिक वायुलहरींचे साम्य किंवा वर्षाकालीन झंझावाताचे तांडव यांच्यातले काव्य या हिवाळ्यातल्या वाऱ्यात नसेल, पण काव्य हा काही जीवनाचा आत्मा नव्हे. तो त्याचा एक अलंकार आहे आणि या दोन ऋतूतल्या वाऱ्यातल्या काव्याचे खरे स्वरूप तरी काय आहे? उकाड्याने शिजून निघालेल्या माणसाला उन्हाळ्यात संध्याकाळी गार वाऱ्याच्या चार झुळका मिळाल्या, म्हणजे तो सुटकेचा सुस्कारा सोडतो. त्या सुस्काऱ्याच्या आधारावर कवींनी मलयनिलाचे रामायण रचले आहे. वस्तुस्थिती अशी आहे की उन्हाळ्यात वारा दिवसभर दडलेला असतो. साऱ्या सृष्टीला एखाद्या कारखान्यातल्या भट्टीचे स्वरूप येते. मोदकपात्रात रटरटणाऱ्या

मोदकांप्रमाणे माणसे शाळांत, रस्त्यांत, कचेऱ्यांत, कारखान्यांत, स्वयंपाकघरांत; फार काय अंथरुणातसुद्धा घामाघूम होऊन कुरकुरत असतात. दिवसभर चाललेली ही उकडहंडी संध्याकाळशिवाय थांबणे शक्य नाही, हे प्रत्येकजण जाणतो. पण उपाशी भिकाऱ्याला कुणी शिळेपाके चार तुकडे दिले, तरी तो दात्याला दुवा देत सुटतो ना? तसेच त्या दिवसांत सायंकालीन वासंतिक वायुलहरींच्या बाबतीत आपले होते.

याबद्दल मी कवींना-विशेषत: संस्कृत कवींना-दोषी धरतो. रेशनिंगचे अन्न खावे लागत नसल्यामुळे त्या प्राचीन कवींची प्रकृती आधुनिक कवीपेक्षा चांगली असणे स्वाभाविक होते. राजाश्रयामुळे पोटासाठी कुठेतरी कारकुनी किंवा मास्तरकी करण्यातही त्यांचा वेळ जात नव्हता. अशा सुखवस्तू मंडळींनी शृंगाराला सर्व रसांचा राजा मानू नये, तर काय करावे? त्याचा परिणाम असा झाला की, शृंगाराशी संबंध असलेल्या साऱ्या गोष्टींचा भाव काव्यात भराभर चढत गेला. चंद्र, कोकिळा, आम्रमंजिरी वगैरेंचे संस्कृत काव्यात माजविण्यात आलेले स्तोम या वृत्तीतूनच निर्माण झाले आहे. वसंत हा मदनाचा जिवलग मित्र असल्यामुळे वासंतिक वायुलहरींच्या भोवती असेच एक रम्य वलय त्या कवींनी तयार केले असावे. या सांकेतिक वलयामुळे चांगल्या आधुनिक कवींचीसुद्धा कशी कुचंबणा होते, ते 'सख्या वसंत वाता' या दत्तांच्या कवितेत दिसून येते. हा वसंतवात दिवसाकाठी किती वेळ वाहतो, लोकांच्या अंगाची काहिली नाहीशी करण्याच्या कामी त्याचा कितपत उपयोग होतो, हे प्रश्नच कवीला सुचत नाहीत. तो त्याला म्हणतो,

'मित्रा वसंतवाता, येता येता मलयगिरीला प्रेमालिंगन दिल्यामुळे तुझा स्पर्श इतका शीतल वाटतो काय? की हा सरितांच्या दृढालिंगनाचा परिणाम आहे.' वगैरे वगैरे.

कुठल्याही वस्तूची दुर्मीळता झाली की तिची किंमत वाढू लागते. हा अर्थशास्त्राचा सिद्धांतच वासंतिक वायुलहरींच्या लोकप्रियतेच्या मुळाशी आहे. वर्षाकालातल्या उद्दाम वाऱ्याच्या बाबतीतही आपली अशीच वंचना होत आली आहे. मदोन्मत्त हत्तीने शुंडादंडाने सुंदर उद्यान उद्ध्वस्त करावे, त्याप्रमाणे धूळ उधळीत आणि वृक्षवेली उन्मळीत थैमान घालणाऱ्या झंझावाताचे जगाने कौतुक करावे, ही प्रथमदर्शनी मोठी विचित्र गोष्ट वाटते. पण मनुष्य बाह्यत: कितीही सुधारला तरी त्याचे मन हे लहान मुलाचेच मन राहते. त्याला भव्यतेचा सदैव मोह पडतो. डोळे दिपविणाऱ्या गोष्टीप्रमाणे अंगावर रोमांच उभ्या करणाऱ्या गोष्टींत काव्य आहे, असे त्याला वाटते. म्हणून तर जगात विध्वंसकांची अजून पूजा केली जाते. रक्ताच्या नद्या वाहविणाऱ्यांची नावे इतिहास अभिमानाने उच्चारतो. पण एखाद्या नंदादीपाप्रमाणे शांतपणाने तेवत राहणाऱ्या, जग आहे त्यापेक्षा थोडे का होईना अधिक चांगले

व्हावे म्हणून आयुष्यभर मूकपणाने काम करीत राहणाऱ्या माणसाची त्याला आठवणसुद्धा राहत नाही.

जग हे असे आहे. म्हणूनच हिवाळ्याच्या गार वाऱ्याचे कुणी हसतमुखाने स्वागत करताना दिसत नाही. बिचारे वारे वाहू लागले की एकसारखे वाहत राहते. आजकालच्या जगात इतके स्वस्त होणे म्हणजे आपली किंमत आपण कमी करून घेणे आहे, हेही त्या वेड्याला कळत नाही. डोळे दिपविण्यासारखे तर त्याच्यापाशी काहीच नाही. वास्तविक झंझावातापेक्षा त्याचे कार्य अधिक विधायक आहे. तो उन्मत्त वारा कडाकड झाडे उपटून छिन्नभिन्न करून टाकतो. एखाद्या खोडकर मुलाने कचकड्याची खेळणी मोडावी तशी! पण हिवाळ्यातले वारे वृक्षवेलींवरली सर्व जीर्ण पर्णे हसतखेळत, अगदी हलक्या हाताने दूर करतात. आईने तान्हुल्याच्या डोळ्यातले काजळ पदराच्या टोकाने पुसावे, त्याप्रमाणे ती पिवळी पाने केव्हा गळून पडली, हे त्या झाडाझुडपांना अनेकदा कळतसुद्धा नाही. पण नव्या पालवीची पूर्वतयारी करणाऱ्या या वाऱ्याचे कौतुक करण्याइतकी रसिकता आपल्यात आहे कुठे! आम्ही गर्जना करीत येणाऱ्या उग्र क्रांतीच्या सौंदर्यावर लुब्ध होतो. पण खाली मान घालून निश्चयाने एकेक पाऊल पुढे टाकणाऱ्या उत्क्रांतीचे लावण्य मात्र काही केल्या आमच्या नजरेत भरत नाही.

याचे कारण एकच आहे असे मला वाटते. आपण गेली शंभर वर्षे जीवनाकडे फक्त काव्यमय दृष्टीने पाहू लागलो आहो. पण जीवन हा जसा काव्याचा तसाच तत्त्वज्ञानाचा ग्रंथ आहे. त्याला ज्ञानेश्वरीचीच उपमा शोभेल. ही जाणीव प्राचीन भारतीय संस्कृतीत निःसंशय होती. अलीकडे मात्र तिचा आपल्याला विसर पडू लागला आहे. त्या संस्कृतीत मृत्यू हा जन्माइतकाच पवित्र आणि काव्यमय मानला गेला आहे. गीतेतील शरीराला दिलेली वस्त्राची उपमा जीवनाचे किती सुंदर आणि विशाल दर्शन आपल्याला घडविते. मृत्यू म्हणजे जुने फाटके वस्त्र टाकून नवे सुंदर वस्त्र परिधान करण्याची अनुभूती. या कल्पनेत उदात्त भावना जागृत करण्याचे केवढे सामर्थ्य आहे. मृत्यूचे सत्य स्वरूप जाणून घेण्याकरिता निर्भयपणाने त्याच्याकडे जाणाऱ्या नचिकेतासारख्या बालकाची कथा इतर कुठल्याही संस्कृतीत सापडणार नाही, असे मला वाटते.

मृत्यूप्रमाणे वार्धक्यही मनुष्याला स्वागतार्ह वाटले पाहिजे. तसे पाहिले तर म्हातारपणात अस्वाभाविक असे काय आहे? पण माणसाला सृष्टीतला काय किंवा आपल्या आयुष्यातला काय, हिवाळा बिलकूल आवडत नाही. डोक्यावर पांढरे केस डोकावू लागले की आधुनिक मनुष्याचे डोळे पांढरे होतात. तो वर्तमानपत्रातल्या

कलपांच्या जाहिराती शोधू लागतो. शुभ्रपणा हा संस्कृत कवींनी यशाचा रंग कल्पिला आहे, असे त्याला कुणी सांगितले तर त्याला ते खरेसुद्धा वाटत नाही. ही केस पांढरे होऊ लागणाऱ्यांची स्थिती. मग ज्याच्या डोक्याला टक्कल दिसू लागले आहे, त्याचे हाल तर विचारायलाच नकोत. नाटक कंपन्या व सिनेमा कंपन्या कुठल्या दुकानातून दाढीमिशा पैदा करतात, याची पूसतपास करण्यात त्याचा सारा वेळ खर्च होतो. या महागाईच्या काळात केस कापण्याचा खर्च आयता कमी झाला, असा विनोदी विचार त्याला काही केल्या सुचत नाही. मग 'खल्वाटो निर्धनः क्वचित्' (टकल्या बहुधा श्रीमंत असतो.) या संस्कृत वचनाने त्याचा जीव कसा भांड्यात पडणार?

ही वार्धक्याची भीतीसुद्धा, आपल्या संस्कृतीतल्या एका उच्च जीवनमूल्याचा आपल्याला विसर पडत चालला आहे, हेच दर्शविते. सार्त्रे या प्रख्यात फ्रेंच लेखकाच्या 'Age of reason' या कादंबरीत अशी अनेक पात्रे आपल्याला आढळतात. त्यांची पुरती पंचविशीसुद्धा उलटलेली नसते. पण आपले तारुण्य लवकरच संपणार, या विचाराने ती अधूनमधून बेचैन होतात. हातातल्या उपभोगाच्या पेल्याचा तळ त्यांना स्पष्टपणे दिसू लागतो. अधाशीपणाने शरीरसुख लुटण्याची इच्छा त्यांच्या मनात बळावते. तारुण्यातल्या उपभोगाखेरीज जीवनाला काही अर्थ आहे, हे बिचाऱ्यांच्या लक्षात येतच नाही.

ही मनोवृत्ती अस्वाभाविक आहे असे मी म्हणत नाही. पण ती किती एकांगी आहे, हे सूचित करण्याकरिताच महाभारतकाराने ययातीची कथा सविस्तर सांगितली आहे. ययाती राजाचे तारुण्य संपले तेव्हा त्याने सर्व प्रकारचे उपभोग मनसोक्त घेतले होते. पण भोग भोगून माणसाची तृप्ती कधीच होत नाही. ययाती असाच अतृप्त राहिला होता. तो वार्धक्याचे स्वागत करायला तयार होईना. त्याने आपल्या साऱ्या मुलांना बोलावून आणले आणि तो त्यांच्याशी एक सौदा ठरवू लागला. जो मुलगा आपले यौवन देऊन पित्याचे वार्धक्य घ्यायला तयार होईल त्याला राज्य द्यायला शरीराचा गुलाम झालेला ययाती तयार झाला. मला अनेकदा वाटते, 'किंग लियर'सारखे एखादे अतिशय प्रभावी नाटक ययातीच्या कथेवर लिहिता येईल. त्या नाटकातला हा सौद्याचा प्रवेश जेव्हा रंगभूमीवर सुरू होईल, तेव्हा ययातीच्या पात्राची प्रेक्षकांकडून कशी संभावना होईल याची कल्पना करतानासुद्धा माझ्या अंगावर काटा उभा राहतो. ज्याला आपण जन्म दिला त्याचे तारुण्य विकत घ्यायचे? क्षणिक शरीरसुखाच्या मोहासाठी आपल्या पोटच्या गोळ्याला...

छे! मनुष्य कितीही स्वार्थी असला, सुखलंपट असला तरी त्याच्या हातून हे अधम कृत्य होणार नाही. पण ते करून तरी ययातीने काय मिळविले? तृप्ती! छे!

तृप्ती हा मनाचा धर्म आहे, शरीराचा नाही. मुलाचे तारुण्य विकत घेऊन ययाती पुन्हा कैक वर्षे सर्व सुखोपभोग भोगीत राहिला पण त्याचे समाधान झाले नाही. मग त्याला जीवनातले अंतिम सत्य उमजले. तो वानप्रस्थ झाला.

या वानप्रस्थाश्रमाच्या कल्पनेत भारतीय संस्कृतीचे सारे उदात्तत्त्व प्रतिबिंबित झाले आहे. हिवाळ्याचे मी स्वागत करतो ते हा काळ माझ्या प्रकृतीला मानवतो म्हणून नव्हे. तर या ऋतूत मला सारी सृष्टी वानप्रस्थ झाल्याचा साक्षात्कार होतो. म्हणून. वाळलेले, पिवळे पडलेले गवत मला वानप्रस्थाच्या वैराग्यानुकूल वेषाची आठवण करून देते. वाळलेली पाने पटापट खाली पडल्यामुळे निष्पर्ण होत चाललेल्या वृक्षवेली पाहिल्या की सांसारिक सुखदुःखे दूर लोटून अलिप्ततेने जीवनाकडे पाहणारे त्यांचे मन दिसू लागते. मग वसंत ऋतूतले काव्य आणि वर्षाकालातले नाट्य यांना माझ्या मनात तत्त्वज्ञानाची जोड मिळते आणि जीवनाच्या परिपूर्ण स्वरूपाचे एक निराळेच चित्र डोळ्यापुढे उभे राहते.

हे सारे खरे असले तरी दुसरीही एक गोष्ट तितकीच खरी आहे. कालपासून मोठं गार वारं सुटलंय आणि माझा स्वेटर तर फार जुना झाला आहे. दुसरा नवीन स्वेटर काही करून आजच्या आज विकत घेतलाच पाहिजे.

१९५१

♥

४

फिरायला जाणे

केवळ खाण्यापिण्यात, वस्त्रांच्या रंगात किंवा वाङ्मयविषयक मतांतच माणसांच्या आवडीनिवडी निराळ्या असतात असे नाही. अगदी लहान गोष्टीतसुद्धा जवळजवळ राहणाऱ्या दोन माणसांत दोन ध्रुवांचे अंतर असू शकते. आपल्याकडे स्वत:च्या आवडीनिवडी मोकळेपणानं सांगण्याची पद्धत नाही. ती असती तर एकमेकांवर उत्कट प्रेम करणाऱ्या पतिपत्नींचं दांपत्यजीवन संध्याकाळचा सांजा गोड असावा की तिखट असावा, या खडकावर आपटून त्याच्या ठिकऱ्या होण्याचे प्रसंग निर्माण होतात, हे जगाला सहज दिसून आले असते.

साधी फिरण्याची गोष्ट घ्या. तसे पाहिले तर फिरायला जाण्यात प्रत्येकाच्या अशा काय आवडीनिवडी असायच्या आहेत? पाय मोकळे करायचे, एवढाच घराबाहेर पडण्यात माणसाचा हेतू नसतो. निदान प्रथमदर्शनी तसे वाटते खरे पण फिरण्यातसुद्धा नाना प्रकार आहेत. विविध आवडी आहेत. त्यातल्या कित्येक वयावर अवलंबून असतात.

शनिवारी अगर रविवारी शाळकरी मुलगा फिरायला म्हणून बाहेर पडला की त्याचे पाय क्रिकेटच्या क्रीडांगणाकडे वळलेच म्हणून समजावे. पेन्शनर मंडळी सकाळी फिरायला जातात, ती एका धोंड्याने दोन पक्षी मारण्याकरिता! आपल्याला दीर्घ काळ पेन्शन उपभोगता यावी, ही त्यांची इच्छा आरोग्याच्या सदरात घालता येईल. पण हे सारे एकसष्टी साजरे झालेले लोक फिरायला जाण्याच्या वाटेवर

एखादे देऊळ असलेच पाहिजे, अशी दक्षता घेतात. पहिला धोंडा चुकून लागला नाही तर देवदर्शनाने मिळणारे पुण्य तरी पदरात पडेल आणि त्याच्या बळावर स्वर्गात आपल्याला शेर-अच्छेर अधिक अमृत पैदा करता येईल, असा त्यांचा कयास असावा.

मनुष्य कुठे फिरायला जातो, हे वयाप्रमाणे त्याच्या स्वभावावरही अवलंबून आहे.

माझे एक मित्र आहेत. त्यांना नेहमी म्युनिसिपालिटीने तयार केलेल्या गावातल्या छोट्या बागांत फिरायला जाणे फार आवडते. पहिल्या पहिल्यांदा मला वाटले, हा गृहस्थ कविता करीत नसला तरी अंत:करणाने कवी असावा. बालकवींना जसे निसर्गाचे वेड होते तसा त्यालाही फुलांचा शौक असेल. असल्या माणसाला शहरात फुलांच्या दुकानाखेरीज दुसरीकडे फुले कुठे पाहायला मिळणार? तेव्हा आपली हौस भागविण्याकरिता तो या बागांत जाऊन बसत असावा.

पण याबाबतीत लवकरच माझा भ्रमनिरास झाला. स्वारी अशा बागांत जेठा मारून बसते ती विविध रंगांची फुले डोळे भरून पाहण्याकरिता नाही तर पोटभर चुरमुरे खाण्याकरिता, हे मला लवकरच कळून चुकले.

फिरायला म्हणून घरातून बाहेर पडून लायब्ररीत जाऊन बसणारे आणि प्रत्येक दैनिक पत्रातले अक्षर नि अक्षर वाचणारे लोक कुणी पाहिले नाहीत? फिरायला म्हणून निघालेले व वाटेवरल्या एखाद्या दुकानात बैठक मारून पान-तंबाखू चघळत बसलेले हरीचे लाल आपण नित्य पाहतो.

चेहऱ्यावरून मनुष्यस्वभाव सांगण्याचे शास्त्र दिवसेंदिवस प्रगती करीत आहे, असे मी परवाच कुठेतरी वाचले. माणसाच्या तळहाताचे ठसे घेऊन तो कितपत सच्चा किंवा लुच्चा आहे, हेही सहज सांगता येते म्हणे! पण मला वाटते, माणूस ओळखायला इतक्या खोल पाण्यात जाण्याची मुळीच जरुरी नाही. मनुष्य केव्हा आणि कुठे फिरायला जातो, एवढे नक्की कळले तरी त्याचा स्वभाव त्यावरून निश्चित करता येईल.

माझाच अनुभव सांगतो. शहराच्या गजबजलेल्या भागातून अगदी पाय दुखेपर्यंत भटकलो तरी आपण फिरलो, असे मला वाटत नाही. नटूनथटून मिरविणारे आणि झकपक पोशाख करून चाललेले स्त्री-पुरुष जेव्हा राजमार्गावरल्या गर्दीत मला दिसतात तेव्हा एक कल्पना माझ्या मनात हटकून येते... ही माणसे फिरायला निघालेली नाहीत. ती आपल्या रूपाचे, आपल्या संपत्तीचे; किंबहुना आपल्या शिंप्याच्या कौशल्याचे प्रदर्शन करायला घराबाहेर पडली आहेत. जिथे गर्दी असेल तिथेच ती घिरट्या घालीत राहणार.

गर्दी आणि फिरणे या दोन शब्दांचा मेळ मला मात्र घालता येत नाही. चित्रविचित्र जमावापासून, आंधळ्या धावपळीपासून आणि वाहनांच्या कलकलाटापासून दूर जाता आले तरच माझे मन प्रसन्न होते. मी फिरायला जात असलेल्या रस्त्याने गुराखी किंवा खेडेगावाहून शहराकडे येणारी माणसे भेटली तरी माझ्या रंगाचा भंग होत नाही. पण कुणीतरी ओळखीचे शिष्ट दिसले आणि 'कसं काय आहे' म्हणून त्यांनी मला हटकले, की माझ्या कपाळाला आठी पडते. फिरायला जाणे ही माझ्या दृष्टीने काव्य रचण्यासारखी, चित्र काढण्यासारखी, संगीत-साधनेसारखी कला आहे. जेवढा एकांत लाभेल, आपल्याच नादात जितके अधिक गुंगून राहता येईल, तितका या कलेचा विलास आनंददायक होतो.

हा विलास पावसाळ्यातच मनसोक्त उपभोगायला मिळतो. त्यामुळे पडसे-खोकल्याने वारंवार माझी प्रकृती नादुरुस्त होत असली तरी पावसाळा मला फार आवडतो. उन्हाळ्यात सकाळी आठ वाजताच ऊन असे तापू लागले, की पुराणे वाचलेल्या मनुष्याला दुर्वास आणि जमदग्नी यांचीच आठवण व्हावी! यामुळे सारी फिरणारी माणसे लवकर घराबाहेर पडतात. ज्याला चुकवायची इच्छा असते, तोच दत्त म्हणून अशा वेळी आपल्यापुढे उभा राहतो आणि मग आपल्या फिरण्याला प्रत्येक स्टेशनावर थांबणाऱ्या मालगाडीची कळा येते. जाता जाता वाटेत भेटणाऱ्या विविध विभूतींशी तोंड द्यायला मनुष्य चौदा विद्या आणि चौसष्ट कला यात अगदी पारंगत असावा लागतो. एक तिसऱ्या महायुद्धाबद्दल तुमच्याशी जोरजोराने चर्चा आरंभतो, तर दुसरा संतति-नियमनाबद्दल तुमचे काय मत आहे, ते पोटात शिरून हळूच काढून घेऊ इच्छितो. एका शरीरश्रीमंत गृहस्थाने तर माझ्या प्रकृतीची कीव करून भर बागेत मला सूर्यनमस्कार शिकवायला सुरुवात केली. त्यावेळी कुणी फोटोग्राफर हजर नव्हता हे माझे भाग्य, नाहीतर त्या फोटोग्राफरला विनोदी चित्राबद्दल बक्षीस मिळवून देण्याच्या कामी माझा हातभार खास लागला असता!

उन्हाळ्याप्रमाणे हिवाळ्यातही नको असलेली माणसे हटकून भेटतात. त्या दिवसांत ऊन थोडे वर आल्याखेरीज कोणीच घराबाहेर पडत नाही. साहजिकच जाता येता सर्वांचे सलाम आपल्याला स्वीकारावे लागतात. तोंडदेखले का होईना, दोन शब्द प्रत्येकाशी बोलणे भाग पडते.

अशा एका हिवाळ्याची मला जन्माची आठवण राहिली आहे. एका सद्गृहस्थाशी गप्पा मारता मारता विजयनगरच्या राज्याच्या पार्श्वभूमीवर एक ऐतिहासिक कादंबरी लिहिण्याचा संकल्प मी चुकून बोलून दाखविला. ते गृहस्थ पशुवैद्य असल्यामुळे फार तर विजयनगरच्या सैन्यातल्या घोड्यांविषयी मला थोडी फार माहिती सुनावतील, अशी माझी कल्पना होती. पण दुसऱ्या दिवशी फिरायला येताना त्यांनी बरोबर जुन्या

कागदपत्रांचा एक रुमालच आणला. माझे मोडीचे ज्ञान बेताबेताचेच असल्यामुळे ते सारे कागद वाचायला आपला उभा जन्म पुरणार नाही, अशी माझी खात्री झाली. पण ते गृहस्थ काही कच्च्या गुरूचे चेले नव्हते. दुसऱ्या दिवशी त्यांनी पहिलीचे मोडी पुस्तकच खिशात घालून आणले. टेकडीवरल्या एका झाडाखाली वयाच्या त्रेचाळिसाव्या वर्षी माझे खंडित झालेले मोडीशिक्षण पुन्हा सुरू झाले. आपल्या नाकावरला चश्मा पुनःपुन्हा कपाळावर सरकवीत ते वयोवृद्ध गृहस्थ म्हणत होते, 'रवींद्रांच्या शांतिनिकेतनात असंच शिक्षण चालतं म्हणे.'

माझ्या मनाची शांती सर्वस्वी नाहीशी झाली असूनही, त्यांच्या म्हणण्याला नंदीबैलासारखी मान डोलावणे मला प्राप्त होते. मी बराच वेळ र ट फ केले. हवेतला सारा गारवा नाहीसा झाला तरी गुरुजींची स्वारी उठण्याचे लक्षण दिसेना. माझी कादंबरी खरीखुरी ऐतिहासिक व्हावी, या सदिच्छेनेच ते हा छळ करीत असल्यामुळे मला काही बोलता येईना. लहानपणी शाळा चुकवायची झाली म्हणजे 'मास्तर, डोकं दुखतंय', 'मास्तर, पोटात दुखतंय' असे सांगून मी घरी येत असे. त्या मार्गाचा अवलंब करण्याची कुबुद्धी मला सुचू लागली. पण लगेच माझ्या लक्षात आले, या गृहस्थाच्या खिशात ओवा, अमृतांजन वगैरे वस्तू जय्यत तयार असतील. ज्याने ऐतिहासिक कादंबरीच्या तयारीकरिता पहिले मोडी पुस्तक पैदा केले, त्याच्या संग्रही अमुक एक गोष्ट नाही, असे कसे होईल? त्या दिवशी मी घरी परतलो, तेव्हा खरोखरच माझे डोके दुखू लागले. पुढे काही दिवस मी फिरायला जायचेच सोडून दिले. तेव्हा कोठे त्या पशुवैद्याचा माझ्या मागचा ससेमिरा सुटला.

पावसाळ्यात प्रसंगी चिंब भिजावे लागले तरी असल्या माणसांशी सामना देण्याचा प्रसंग येत नाही. त्यामुळे फिरण्याचा खरा आनंद मी वर्षाऋतूतच लुटतो. मानवी आपत्तीपेक्षा दैवी आपत्ती सुसह्य असते, हेच खरे! 'माणसांची माणसांनीच काय अवस्था केली आहे!' (`What man has made of man') हे वर्डस्वर्थचे तीव्र उद्गारसुद्धा अशाच एखाद्या अनुभवातून स्फुरले असतील. नाही कुणी म्हणावे?

फिरायला जाणाऱ्याच्या वाटेत येणाऱ्या मानवी आपत्ती टाळण्याचा मार्ग पावसाळ्यात सुलभ होतो. त्या तीन-चार महिन्यांत कडक ऊन सहसा पडत नाही. अनेकदा आकाश अभ्राच्छादित असते. हवेत सुखद गारवा असतो. त्यामुळे अमुकच वेळी फिरायला गेले पाहिजे, असे बंधन माणसावर राहत नाही. या सवलतीचा मी नेहमी भरपूर फायदा घेतो. साडेआठ किंवा नऊ वाजेपर्यंत बाकीची मंडळी फिरून घरी परततात. म्हणून पावसाळ्यात मी नऊ वाजल्यावरच घराबाहेर पडतो. एखाद्या दिवशी दोन-तीन मैल भराभर चालतो. एखाद्या दिवशी रेंगाळत

मैल, दीड मैल जाऊन परत येतो. लहर लागेल तिथे मी रस्त्याच्या कडेला मातीत बसतो. शेतातल्या नव्या नव्या पाऊलवाटेने लांबवर भटकून येण्यात मला नेहमीच मोठा आनंद होतो. सुवर्णभूमीचा शोध लावायला निघालेल्या कोलंबसाने अॅटलांटिक महासागरात आपले जहाज हाकारताना जो उदात्त उन्माद अनुभवला असेल, त्याची गोडी क्षणभर का होईना मला जाणवते. तापट ऋषीप्रमाणे मोठमोठ्याने डरकाळ्या फोडीत येणारा स्वच्छंदी बैल, बाजाराला लगबगीने चाललेल्या खेडवळ बायकांच्या डोक्यावरल्या पाट्यांतून डोकावून पाहणारी पांढरी-हिरवी पडवळी, रस्त्याच्या बाजूला बसून बांधून आणलेली भाजी-भाकर हसतमुखाने खाणारी साधीसुधी माणसे, अंगातली पैरण चार ठिकाणी उसवली असली तरी गाडी हाकता हाकता 'मेरा लाल दुपट्टा' हे गाणे खड्या सुरात गाणारा गाडीवान, आभाळात तरंगणाऱ्या कृष्णमेघमालेची आठवण करून देणारा मेंढ्यांचा कळप... ही सारी दृश्ये माझे मन वेधून घेतात. जीवनाच्या वैचित्र्याची आणि विशालत्वाची जाणीव घराच्या चार भिंतीत माणसाला सहसा होत नाही. फिरायला बाहेर पडल्याबरोबर ती माझ्या मनाचे बंद दार ठोठावू लागते.

अशा स्वच्छंद भ्रमंतीत आणखी एक मोठा आनंद लाभतो. तो म्हणजे सृष्टिमातेच्या कोमल, वत्सल स्पर्शाचा. माणूस जसजसा सुधारत जातो, त्याची राहणी जसजशी शहरी पद्धतीची बनते, तसतसा तो सृष्टीपासून दूर दूर जातो. मग तो दिवाणखान्याच्या भिंतींवर निसर्गचित्रे टांगतो आणि आपल्या अतृप्त सौंदर्यासक्तीचे समाधान करू पाहतो. पण दुधाची तहान ताकावर-खाणावळीच्या ताकावर, असे म्हणणेच अधिक बरोबर होईल-भागविण्याचा हा आधुनिक मार्ग मला साफ नापसंत आहे. न्हाणीघरातल्या टबात बसून नदीस्नानाचे सुख कधी कुणाला मिळेल का? कवी टिळकांनी सृष्टीला 'कामरूपिणी' म्हटले, तेव्हा त्यांच्या डोळ्यापुढे कुठले मोहक चित्र उभे होते, याची मला कल्पना नाही. पण हे विशेषण जितके काव्यमय, तितकेच सार्थ आहे. पावसाळ्यात सकाळी, दुपारी, तिसऱ्या प्रहरी, संध्याकाळी, रात्री... केव्हाही पाहा, सृष्टीची जी भिन्न भिन्न रूपे दिसतात ती किती मनोहर असतात!

मागच्याच महिन्यात सकाळी दहा वाजता पश्चिमेकडे पडलेले विशाल इंद्रधनुष्य मी पाहिले. ते दृष्टीस पडले मात्र, आकाशाच्या त्या भावगीताच्या सुरांनी मुग्ध होऊन मी जागच्या जागी खिळून राहिलो. आभाळाच्या या टोकापासून त्या टोकापर्यंत ते पसरले होते. पाच मिनिटांतच ते पुसट होऊ लागले. पण त्या पाच मिनिटांत माझे मन अमर आनंदाने न्हाऊन निघाले. त्याचे ते तीन सुंदर पट्टे पाहून जसा आपला

राष्ट्रध्वज माझ्या डोळ्यांपुढे उभा राहिला, तसा त्याच दिवशी सकाळी एका मित्राबरोबर झालेला वादविवादही आठवला. आत्म्याची बधिरता हा आजच्या जगाला झालेला मोठा रोग आहे. या रोगाने ग्रासलेल्या जगात यापुढे निर्भेळ आनंद मनुष्याला मिळणे अशक्य आहे, असे या स्नेह्याने तावातावाने प्रतिपादन केले होते. ते इंद्रधनुष्य पाहताना माझ्या मनात आले, तो इथे असायला हवा होता. म्हणजे त्याला वर्डस्वर्थच्या 'डॅफोडिल्स' या कवितेचे मर्म उमगले असते. मनुष्य कितीही क्रूर झाला तरी जगातल्या सर्व अविनाशी आनंदाची हत्या तो कधीच करू शकणार नाही. जलाशयाच्या काठी रांगेने फुललेली ती पुष्पमालिका वर्डस्वर्थने एकदाच पाहिली. पण त्या एका क्षणाने आपल्याला जन्मभर पुरणारे आनंदाचे निधान दिले, हे त्याच्या कविमनाने ओळखले.

इंद्रधनुष्य हा क्वचित दिसणारा स्वर्गीय चमत्कार आहे, असे मानले तरी स्वच्छंदाने फिरता फिरता भोवताली जे पार्थिव सृष्टिसौंदर्य दिसते तेसुद्धा मला मोहून टाकते. पावसाळ्याबरोबर वाढणारे साधे गवत पाहा. किती विविध आणि मोहक रंग असतात त्याचे! कधी पोपटी, कधी काळसर हिरवे, मग किंचित पिवळसर हिरवे! असे वस्त्र नेसून तृणदेवता जेव्हा माझ्यापुढे उभी राहते तेव्हा चिमण्या चिमण्या फुलांनी नटलेल्या निसर्गाच्या त्या गालिच्यावर रात्री वनदेवता मोठ्या आनंदाने नृत्य करायला येत असाव्यात, अशी कल्पना माझ्या मनात आल्यावाचून राहत नाही आणि दूरवर पसरलेली शेतेसुद्धा वायुलहरींबरोबर डुलताना किती सुंदर वाटतात! आभाळ अंधारून आले म्हणजे शेतातल्या बालअन्नपूर्णेच्या मुद्रेवर जे भाव उमटतात, त्यांचे चित्रण कुशल चित्रकारसुद्धा करू शकेल की नाही याची शंकाच आहे. अशा वेळी दूरचे डोंगर पाहण्यातसुद्धा मोठी मौज असते. ते मधेच निळे, मधेच जांभळे, मधेच काळेसावळे दिसू लागतात. जणू काही ते विश्वाच्या रंगभूमीवरले नट असून, प्रकाशयोजनेमुळे क्षणाक्षणाला निराळे दिसत आहेत!

पण एकट्याने स्वच्छंदी फिरण्यात नुसते काव्यच नाही; त्या काव्याला तत्त्वज्ञानाची सुंदर किनारही आहे. आजच्या गर्दीच्या आणि धावपळीच्या जगात मनुष्य नकळत फार बहिर्मुख होऊ लागला आहे. तो घड्याळाचा गुलाम झाला आहे. यंत्र हा आपला फार जवळचा मित्र आहे, असे त्याला वाटू लागले आहे. मानवी जीवनातले कोळशाचे स्थान त्याला पूर्णपणे कळते. त्याच्याशिवाय आपली दुपारची वेळ निभावणार नाही, हे तो पुनःपुन्हा स्वतःला बजावतो व इतरांना सांगत सुटतो. पण त्या कोळशांइतकीच फुलांनाही आपल्या आयुष्यात जागा आहे. ती नसली तर करून दिली पाहिजे, याची मात्र त्याला विस्मृती पडत आहे. घरात,

बाजारात, कचेरीत, आगगाडीत... सर्वत्र त्याला पैशाची पूजा होत असलेली दिसते. नकळत तोही द्रव्यदेवाभोवती प्रदक्षिणा घालू लागतो.

या अंध आणि अखंड प्रदक्षिणांचे भेसूर सत्य-स्वरूप एकटेच फिरताना मला प्रतीत होते. लोभ-क्रोधाच्या किंवा मद-मोहाच्या आहारी जाऊन आपल्या हातून जी कृत्ये घडतात, त्यांची क्षुद्रता अशा वेळीच मनाला तीव्रतेने जाणवते. व्यवहाराच्या मूल्यांपेक्षा अधिक श्रेष्ठ अशी मूल्ये जीवनात आहेत, हे आत्मपरीक्षण करता करताच आपल्याला कळू शकते.

फिरण्याच्या निमित्ताने का होईना, दिवसाकाठी तास-दीड तास आपण वानप्रस्थाश्रमात प्रवेश करतो, असे मला वाटते. फिरायला घराबाहेर पडताना माझे मन खिन्न किंवा क्षुब्ध असले तरी फिरून परत येताना ते प्रसन्न होते. जणू काही त्या मधल्या दोन घटकांत एक अदृश्य पाऊस माझ्या मनात पडून जातो. त्याच्यामुळे तिथली सारी धूळ खाली बसते. अंगाला राख फासल्यासारखी दिसणारी पाने-फुले हिरवीगार होतात, हसू लागतात.

म्हणूनच मला अनेकदा वाटते, समाजाच्या सुधारणेकरिता सरकारने इतर कायदे करण्यापेक्षा प्रत्येकाने दररोज तासभर गावाबाहेर एकट्याने फिरून आले पाहिजे, असा कायदा प्रथम करावा.

पण सारे लोक गावाबाहेर फिरायला पडल्यावर प्रत्येकाला एकान्त कसा मिळणार, हा प्रश्नच आहे म्हणा!

१९५०

♥

५

आडवी रेघ

माणसाचे आत्मप्रेम किती आंधळे असते!

कुठल्या तरी वाचनमालेने माझा एक वेचा निवडला होता. ते पुस्तक आज हाती पडले. कुतूहलाने मी ते उघडले. दोन-तीन धडे चाळून झाले नाहीत तोच अशा पुस्तकांच्या शेवटी लेखकाचा परिचय दिलेला असतो, हे मला आठवले. मी मारुतीसारखी उडी मारली. मधले सुंदर वेचे गाळून लगबगीने शेवटची पाने चाळू लागलो.

परिचयाच्या चार ओळीत तो बिचारा संपादक माझ्याविषयी असे काय महत्त्वाचे लिहिणार होता? पाच-पाचशे पानांची चरित्रे वाचून जिथे माणूस मूर्तिमंत डोळ्यापुढे उभा राहत नाही तिथे पाच-दहा वाक्यांत, कुणी झाले तरी एखाद्याची ओळख काय कपाळ करून देणार? आणि खरे सांगू? आपण किती चांगले आणि किती वाईट आहोत, आपली खरी लायकी काय आहे, हे जगात इतरांना कधीच कळत नाही. ते फक्त आपले आपल्यालाच ठाऊक असते. जगाला नेहमी आपली चांगली बाजू दिसावी, म्हणून आपण धडपडत असतो. त्याकरिता आपण बुरखे घेतो, मुखवटे चढवितो, नाना तऱ्हांची नाटके करतो, वेशभूषेपासून शिष्टाचारापर्यंत अनेक बंधने मनुष्य स्वत:वर लादून घेतो, ती केवळ या एका हेतूने! आपल्यातला नायक तेवढा जगाला दिसावा आणि त्याच्या हातात हात घालून फिरणारा खलनायक सदैव पडद्याआड राहावा, म्हणून!

हे सारे कळत असूनही त्या पुस्तकाच्या शेवटी

दिलेला स्वतःचा परिचय वाचण्याचा मोह काही मला आवरला नाही.

मी तो वाचू लागलो मात्र, माझ्या मनाला एकदम असा धक्का बसला म्हणता! मी ते पुस्तक रागाने दूर भिरकावून दिले.

त्या संपादकाने माझ्याविषयी तसे काही वेडेवाकडे लिहिले नव्हते. 'या सद्गृहस्थांनी लहानपणी वडिलांच्या खिशातून पैसे चोरून पेढे खाल्ले आहेत.' असे किंवा असेच काही दुसरे त्याने लिहिले असते तर चित्रगुप्तालासुद्धा ते खोडून काढता आले नसते. पण तो संपादक खरोखरच सभ्य गृहस्थ होता.

मला धक्का बसला तो दुसऱ्याच गोष्टीने... एका रेघेने! माझा जन्मसन लिहून त्याच्यापुढे त्या संपादकाने एक आडवी रेघ छापून टाकली होती! फुलांच्या पायघड्यांवरून ऐटीत मिरवायला जाणाऱ्या विहिणीच्या पायात काटा शिरावा ना, तशी माझी स्थिती झाली ती आडवी रेघ पाहून! ती रेघ माझ्याकडे पाहून मिस्कीलपणाने म्हणत होती,

'जन्म आणि मृत्यू यांना जोडणारा पूल आहे मी. वेड्या माणसा, या पुलावरून पलीकडे जायला तू तयार नाहीस. पण एक गोष्ट लक्षात ठेव. आज ना उद्या, कधी ना कधी, तुला या पुलावरून पैलतीराला जावंच लागेल! आणि मग काय होईल ठाऊक आहे? या पुस्तकाच्या संपादकाला इथं सुधारणा करावी लागेल. माझ्यामागं ज्याप्रमाणे एक सन आहे, त्याप्रमाणं पुढं एक सन त्याला छापावा लागेल!'

ती आडवी रेघ छापून टाकणाऱ्या संपादकाचा असा संताप आला मला! हा इसम 'शुभ बोल रे नाऱ्या'मधल्या 'नारायणरावा'चा थोरला भाऊ असावा, असे माझ्या मनात आले. मरण हे प्रत्येकाच्याच मागे लागले आहे. 'जातस्य हि ध्रुवो मृत्युः' हा श्लोक काय मला पाठ येत नाही? म्हणून काय शहाण्याने माझे मरण असे सूचित करायचे? त्याने ती आडवी रेघ छापली नसती तर स्वतःच्या मृत्यूचा अभद्र विचार माझ्या मनात कशाला आला असता? मनातल्या मनात मी त्या संपादकाला शिव्यांची लाखोली वाहू लागलो. या पुस्तकाच्या पुढल्या आवृत्तीत माझा वेचा छापू नका, असे पत्र ताबडतोब त्याला पाठविण्याचा निश्चय मी केला. तावातावाने उठलो. एक कार्ड घेतले...

पण त्याला काय लिहावे हे मला कळेना. अशुभ अथवा अभद्र बोलू नये, हा सामाजिक शिष्टाचार ठीक आहे. पण तो त्याने कुठे मोडला होता? लेखकातले अनेक लोक कैलासवासी झाले होते. त्यांच्या जन्माप्रमाणे मृत्यूचेही सन देणे आवश्यक होते. साहजिकच त्यांच्या जन्मापुढे एक आडवी रेघ त्या संपादकाने छापून टाकली असावी. सप्त चिरंजीवांपैकी मी एक असतो तर गोष्ट निराळी! मग त्याला याबाबतीत हडसून खडसून विचारता तरी आले असते. हे सारे मनात येताच त्या संपादकापेक्षा स्वतःचाच अधिक राग आला मला. मरणाच्या कल्पनेला भिणारे माझे मन वड्याचे तेल वांग्यावर काढीत होते, हेच खरे!

माणसाने इतके घाबरून जावे असे मरणात तरी काय भयंकर आहे? दिवस आणि रात्र यांच्याप्रमाणे जन्म आणि मृत्यू हीसुद्धा जुळी भावंडे नाहीत का? हे खिडकीतून दिसणारे समोरचे गुलमोहराचे झाड... किती सुंदर आणि नाजूक दिसते याची पालवी! पण हीच पालवी हा हा म्हणता गळून पडते, हे आपण दरवर्षी पाहत नाही का? मनुष्यप्राणी या पालवीपेक्षा काय निराळा आहे? तोसुद्धा विशाल वृक्षावरले एक चिमुकले पानच नाही का? ते पान अगदी पिकून गळून पडेल किंवा अर्धवट हिरवे असतानाच झंझावात त्या झाडाशी झोंबायला लागल्यावर निखळून धरणीवर येईल. तो योगायोगाचा भाग आहे. पण आज ना उद्या या गुलमोहराची सारी पालवी झडून जाणार आणि तिथे नवी पालवी हसू लागणार, हे शंभर टक्के सत्य आहे. मग...

मी माझ्या मनाला मारून मुटकून तत्त्वज्ञानी बनवीत होतो. पण मनुष्य स्वभावत: कवी आहे, तत्त्वज्ञ नाही. माझे मन मधेच उसळून म्हणाले,

'तुझी ही घटपटादी खटपट बंद कर. अरे दीडशहाण्या, मनुष्य हा जड सृष्टीपेक्षा निराळा प्राणी आहे. प्रेम आणि द्वेष, त्याग आणि भोग, विचार आणि विकार, सुख आणि दुःख यांच्या लाटांवर हेलकावे खात तो जगतो, म्हणूनच त्याला मरणाचं इतकं भय वाटतं. जीवनातली ही सूक्ष्म आंदोलनं ज्यांना जाणवत नाहीत, त्यांची उदाहरणं देऊन मला ब्रह्मज्ञान शिकविण्यात काय अर्थ आहे?'

मृत्यूला न भिणाऱ्या माणसांची उदाहरणे मी शोधू लागलो. मूर्तिमंत यमधर्माला भेटणारा नचिकेत, मुलाच्या मरणाने वेड्या झालेल्या आईला, जिथे कुणी मेलेले नाही, अशा घरातून तेल आणायला सांगणारा बुद्धदेव, पतीच्या चितेवर हसत चढणाऱ्या प्राचीन काळातल्या सती, ऐतिहासिक काळात जोहार करणाऱ्या शूर रजपूत स्त्रिया, देशाकरिता हसत फासावर चढणारे भगतसिंगासारखे आधुनिक काळातले तरुण... या सर्वांचे मी स्मरण केले. पण माझ्या भित्र्या मनाचे समाधान होईना. या सर्व उदाहरणातून फक्त एकच गोष्ट सिद्ध होत होती:

मरण ही एक सृष्टीतली अपरिहार्य गोष्ट आहे आणि मृत्यूपेक्षा ज्यांचे महत्त्व मनुष्याला अधिक वाटते, अशी जीवनात अनेक मूल्ये आहेत.

मला हे मान्य आहे. पण एवढ्यासाठी माणसाने मरण मंगल मानून त्याला मिठी मारायची? असे अटीतटीचे किंवा आणीबाणीचे प्रसंग आयुष्यात काय हरघडी येतात? अशा प्रसंगी काय सारीच माणसे मृत्यूचे हसतमुखाने स्वागत करतात? पौराणिक काळातला नचिकेत असो नाही तर विसाव्या शतकातला जतींद्र असो, लाखात असा माणूस एखादाच निघायचा. सामान्य लोकांनी त्याची आदर्श म्हणून पूजा करावी, हे स्वाभाविक आहे. पण पूजा म्हणजेच त्या पायरीला पाय लावायची आपली पात्रता नाही,

अशी उघडउघड दिलेली कबुली नाही का? आदर्श हा नेहमी अपवाद म्हणूनच आढळायचा. मग माझ्यासारखा सामान्य माणूस मरणाला भितो, यात गैर असे काय आहे?

पूर्वीच्या काळची गोष्ट निराळी होती. त्यावेळी मरणोत्तर मिळणाऱ्या स्वर्गाकडे सर्वांचे डोळे लागलेले असत. सामान्य मनुष्याने स्वर्गावर विश्वास ठेवावा, अशीच त्यावेळची परिस्थिती होती. स्वर्गात अष्टौप्रहर स्वस्थ बसायला मिळते, ही समजूत जन्मभर मर-मर काम करणाऱ्या मनुष्याला त्या काळी केवढा दिलासा देत असेल? एखाद्या कुरूप आणि कजाग बायकोशी जन्माची गाठ पडलेल्या त्या युगातल्या पुरुषाला स्वर्गात फक्त सुंदर अप्सराच असतात, या कल्पनेने केवढा आनंद होत असेल आणि तिथे प्यायला मिळणारे ते अमृत! ते भरपूर पिऊन घेतले म्हणजे मरणाचे मुळी भयच बाळगायला नको.

पाहिलंत! स्वर्गात गेल्यावरसुद्धा मनुष्याच्या मनात मृत्यूचे भय शिल्लक राहतेच. मग ज्याचा स्वर्गावर विश्वास नाही, अशा माझ्यासारख्या माणसाचे मन मरणाच्या कल्पनेने चरकले, तर त्यात नवल कसले?

मृत्यू ही स्वाभाविक गोष्ट आहे, त्यात अशुभ असे काही नाही, हे आपण पिढ्यान-पिढ्या पढत आलो. पण प्राचीन काळी हे तत्त्वज्ञान मनुष्याने काय सुखासुखी स्वीकारले असेल? क्षितिजावर उषेच्या गोंडस पावलांचे तांबूस तळवे दिसू लागताच काळोखाच्या कारागृहातून मुक्तता केल्याबद्दल सर्वशक्तिमान देवाची प्रार्थना करण्याचे दिवस होते ते! रात्र ही त्यावेळी अजस्र काळा बुरखा पांघरून येणारी राक्षसी होती आणि पाऊस ही पूजा केल्याने प्रसन्न होणाऱ्या परमेश्वराची कृपा होती. उल्कापात पाहून आपल्याला आजकाल काही वाटत नसले, तरी त्या काळी आकाशातून निखळून पडणारा तारा हे मोठे अशुभ चिन्ह मानले जाई. धूमकेतूचा उदय म्हणजे एखाद्या महापुरुषाचा अस्त, असे समीकरण मांडल्याशिवाय मानवी मनाला त्या सपुच्छ ज्योतीचे कोडे उलगडतच नसे. कार्यकारणभाव न कळल्यामुळे कुंठित होणाऱ्या मनुष्याच्या बुद्धीने त्या काळी असे कल्पित संबंध शोधून काढले, म्हणून मी तिची थट्टा कधीच करणार नाही. शास्त्र हे काव्याचेच जुळे भावंड आहे. ते काव्यापेक्षा थोडे उशिरा जन्माला येते, एवढेच!

पण जुळ्या भावंडांत मागून जन्माला आलेले मूल वडील मानण्याची आपली रीत आहे ना? तीच याबाबतीतही आपण पाळली पाहिजे. शरीराच्या विकासाचे व विनाशाचे फारसे ज्ञान नसलेल्या काळात मृत्यूची भीती वाटू नये, म्हणून मानवी बुद्धीने त्याच्याभोवती काव्यपूर्ण तत्त्वज्ञानाचे वलय निर्माण केले आहे. स्वर्गनरकाचे मोठे रसभरित वर्णन आपल्या पुराणात आढळते, याचे कारण हेच आहे. वाचकाला शृंगाराची सूचक आणि सुंदर प्रतीती देणारा महाकवी कालिदास मृत्यूविषयी बोलू लागताच 'मरण ही प्रकृती

आणि जीवन ही विकृती' असे काहीतरी सांगू लागतो किंवा ॲटम बॉंबहूनही जिची भीती वाटावी, अशी नररुंडांची माला गळ्यात धारण करणाऱ्या रुद्राची शुभंकर शंकर म्हणून समाज पूजा करू लागतो, ते काय उगीच? याच प्राचीन संस्कृतीचा साने गुरुजींच्या मनावर विलक्षण परिणाम झाला होता. त्यामुळे ते स्थानी-अस्थानी मरणाची मंगल स्तोत्रे गात असत. दिवसभर बाहेर खेळून दमलेले मूल रात्र पडताच घराकडे येते आणि आईच्या मांडीवर झोपी जाते; मृत्यू ही मनुष्याची अशीच आई आहे. तो तिच्या मांडीवर मस्तक ठेवून चिरनिद्रा घेतो, असे ते वारंवार उद्‌गार काढीत.

मृत्यूचे हे माहात्म्य मला मंजूर नाही. झाडावरून गळून पडणारे पान, ज्योतीच्या स्पर्शाने जळून जाणारा पतंग, आकाशातून निखळून पडणारी उल्का आणि जीवनाचा निरोप घेऊन जाणारा मानवी जीव ही सर्व माझ्या दृष्टीने सारखीच आहेत. मृत्यू हा प्रत्येकाच्या जीवनाचा पूर्णविराम आहे. याचा अर्थ 'मृत्योर्माऽमृतं गमय' ही आपल्या ऋषिमुनींची उदात्त वाणी मला प्रेरक वाटत नाही, असे नाही. मृत्यूतून अमृताकडे जाण्याकरिताच तर मानवी जीवन गेली पाच-दहा हजार वर्षे धडपडत आहे.

माझे म्हणणे एवढेच की, मरणानंतर मिळणाऱ्या स्वर्गाच्या मागे माणसाने धावू नये. ते मृगजळ आहे. खरा स्वर्ग पृथ्वीवरच आहे. आईबापांची माया, पत्नीचे प्रेम, मुलांचे वात्सल्य, मित्रांचा स्नेह, देशाची भक्ती, समाजाकरिता केलेला त्याग, इत्यादी गोष्टींत किंबहुना जग अधिक सुखी, सुंदर आणि सरस व्हावे म्हणून मनुष्य जी जी धडपड करतो, तिच्या यशातच नव्हे तर अपयशातही स्वर्ग आहे.

या नव्या विचाराने माझे मन विलक्षण उल्हसित झाले. माझ्या जन्मसनापुढे ती आडवी रेघ टाकणाऱ्या संपादकांना आभारप्रदर्शक पत्र पाठविले पाहिजे, असे मला वाटू लागले. त्यांनी ती इवलीशी रेघ तिथे टाकली नसती, तर मी मृत्यूविषयी असा विचार करीत बसलो असतो का?

ते फेकून दिलेले पुस्तक मी उचलले. क्षमा मागण्यासाठी त्याच्या चुरगळलेल्या पुठ्ठ्यावरून मी नाजूकपणाने हात फिरविला. मग माझा परिचय ज्या पानावर छापला होता ते उघडले. माझ्या जन्म-सनापुढच्या आडव्या रेघेकडे मी आदराने पाहू लागलो. पाहता पाहता माझ्या मनात आले, एरवी ही आडवी रेघ ठीक आहे. पण कलेच्या दृष्टीने ती बरोबर वाटत नाही. कला कशी सूचक असायला हवी. माझ्यावरचे हे लेखक कैलासवासी झाले आहेत, त्यांच्या परिचयात ही आडवी रेघ शोभून दिसते. त्या रेघेवरून मी योग्य तो बोध घेतला नसता का? उगीच या संपादकांनी ही आडवी रेघ माझ्या नावापुढे टाकली.

१९५३

६

ध्रुवतारा

मी घुश्श्यातच जिना उतरू लागलो. सारखे मनात येत होते,

'काय माणसं असतात ही? काळवेळ... काही काही कळत नाही यांना.'

माझी अशी सुंदर समाधी लागली होती... होय, संगीत ऐकून मनुष्य जसे देहभान विसरतो, तसा आकाशवाणीवरून क्रिकेटच्या सामन्याची हकिकत ऐकतानाही तो स्वत:ला विसरून जातो.

निदान माझा तरी असा अनुभव आहे.

माझी आताची समाधी तर केवळ अवर्णनीय होती. इंग्लंडमध्ये सुरू असलेल्या आपल्या चौथ्या कसोटी सामन्याचा हा शेवटचा दिवस होता. दैवाचा काटा कुठल्या बाजूला झुकणार, हे कळणे अशक्य होते. एखाद्या रहस्यकथेपेक्षाही सामन्याला अधिक रंगत आली होती. काल जखमी झालेला बेग आज पुन्हा खेळायला आला होता. त्याने आपले शतक पुरे केले. पहिल्या कसोटी सामन्यातले शतक! मोठा अभूतपूर्व पराक्रम होता तो! एखाद्या जखमी वीराने अधिकच क्रुद्ध होऊन शत्रुसैन्याचे कंदन आरंभावे, तसा तो फटके मारीत होता. आमच्या उम्रीगरसाहेबातही वीरश्रीचा संचार झाला होता. आतापर्यंत टांग्याच्या घोड्याप्रमाणे चाललेले त्यांचे कर्तृत्व एकदम शर्यतीच्या घोड्याप्रमाणे धावू लागले होते. खेळ क्षणाक्षणाला अधिक अधिक रंगत होता. मी दूर भारतात आपल्या घरात बसून खेळाचे वर्णन ऐकत आहे, हे भानसुद्धा

मला राहिले नव्हते. हे दोघे वीर आता शेवटपर्यंत खेळत राहणार आणि सामना अनिर्णीत ठेवणार, अशी आशादायक कल्पना माझ्या मनात डोकावू लागली. सामन्याच्या वर्णनातला शब्द न् शब्द माझे कान मोठ्या उत्कंठेने ऐकू लागले. एखादा शब्द रेडिओच्या खरखरीत नीट ऐकू आला नाही, तर मनाला मोठी चुटपुट लागे. बेगने चाराचा एक फटका मारला. तो एकशेदहाच्या रोखाने धावत होता. माझ्या दृष्टीने हा मोठा विलक्षण आनंदाचा क्षण होता.

पण याच क्षणी रेडिओ बंद करून मला खाली यावे लागले. कुणी प्रतिष्ठित गृहस्थ मला भेटायला आले होते. मनातल्या मनात मी त्यांना लाखोली वाहिली! क्रौंचवधाचं दृश्य पाहून वाल्मीकीला शापवाणी कशी स्फुरली असेल, याची जिना उतरताना मला पूर्ण कल्पना आली. पण शिष्टाचार म्हणून काही चीज जगात आहेच ना? ज्वालामुखीलासुद्धा तो पाळावा लागतो. आत आग पेटली असूनही बिचारा जगाला अष्टौप्रहर पृष्ठभागावर हिरवळीचे हास्य दाखवीत राहतो.

मी खाली आलो. दंतपंक्ती प्रगट करून आलेल्या गृहस्थांचे स्वागत केले. त्या गृहस्थांशी गोडीगुलाबीने बोललो. त्यांचे काय काम होते, ते ऐकून घेतले. त्यांना चहा विचारला. ते नको नको म्हणत होते. पण मी आग्रह केला. मात्र हे सारे सव्यापसव्य करीत असताना माझे मन माडीवरच्या रेडिओभोवती घुटमळत होते. एखाद्या पतंगाने दीपज्योतीभोवती फडफडत राहावे, तसे!

सर्व शिष्टाचार मी अगदी कसोशीने पाळला. चहासुद्धा विचारला. बोलण्यात नेहमीचा मोकळेपणा नाही, असे त्या गृहस्थांना वाटले असावे. त्यांनी मधेच विचारले,

'तुमची प्रकृती बरी दिसत नाही आज!'

मी मानेने होय म्हटले. तोंडाने खोटे बोलण्यापेक्षा मानेने खोटे बोलणे मला अधिक आवडते. अनेक दृष्टींनी ते बरे असते. मान हलविण्याचे दोन परस्परविरुद्ध अर्थ होऊ शकतात. शिवाय एकतर तोंडाने खोटे बोलल्यावर आपले मन आपल्याला उगीचच खाऊ लागते. मानेने असत्याचे प्रयोग करण्यात सद्‌सद्‌विवेकबुद्धीचा त्रास कमी होतो. पापही कमी लागत असावे.

माझी प्रकृती बरी नाही, असे पाहताच आलेल्या सद्‌गृहस्थांनी आपली बैठक उठवली. 'प्रकृतीला जपा हं', 'शरीरमाद्यं खलु धर्मसाधनम्, 'शिर सलामत, तर पगडी पचास' वगैरे उपदेश करून ते निघून गेले. लगेच माझी प्रकृती सुधारली. मी धावतच माडीवर गेलो. माझे धावणे त्यांना दिसणे शक्य नव्हते, हे त्यातल्या त्यात बरे होते.

मी पुन्हा रेडिओ लावला. पण एव्हाना सहा वाजून गेले होते. मुंबईत केंद्रावरून ऐकू येणारे सामन्याचे वर्णन बंद झाले होते. सामना थेट ऐकायचा असेल तर रेडिओ कुठे लावायचा, हे मला ठाऊक नव्हते. मी हिरमुसला झालो. खट्टू मनाने खाली

आलो. दुपारी एक चांगले नवीन पुस्तक वाचीत होतो, ते पुढे वाचण्याकरता उघडले. पण काही केल्या मन त्या पुस्तकात लागेना. ते पुन:पुन्हा इंग्लंडमध्ये चाललेल्या त्या सामन्याचा विचार करू लागले.

माझ्या रक्तात हे क्रिकेटचे प्रेम कुठून आले, हे सांगणे मोठे कठीण आहे. ते आनुवंशिक आहे, असे म्हणणे अशक्य आहे. कारण माझ्या वडिलांच्या लहानपणी क्रिकेट हा खेळच कुणाला ठाऊक नव्हता. कदाचित माझ्या पूर्वजांत कोणीतरी मोठे क्रीडापटू गृहस्थ होऊन गेले असतील. पेशवाईच्या काळात माझ्या पणजोबांनी किंवा खापरपणजोबांनी विटीदांडू खेळताना विटी अशी जोराने टोलविली असेल की आधुनिक काळातल्या सी.के. नायडूंच्या षटकाराशीच त्या टोल्याची तुलना व्हावी! ते काही असो, माझ्या वाडवडिलांना क्रिकेटचा गंध नव्हता, ही गोष्ट उघड आहे.

माणसाच्या आवडीनिवडी किंवा छंदफंद यांची मीमांसा करायची ही शास्त्रीय पद्धत मुळातच सदोष आहे असे मला वाटते. माझ्या लहानपणी सेन्सर, मिल, डार्विन यांचे विद्वान मंडळींत मोठे स्तोम होते. ते नुसते साधे देव नव्हते; महादेव होते! आता ते स्तोम कमी झाले आहे. मार्क्स, फ्राइड, गांधी, विनोबा वगैरे आजकालच्या देवांचीसुद्धा शेवटी हीच गत होणार, याविषयी मला काडीइतकीही शंका नाही. नियमांच्या काटेरी कुंपणात आणि गुणाकार-भागाकाराच्या अथवा बेरीज-वजाबाकीच्या बंदिस्त चौकटीत स्वस्थ बसण्याइतका मनुष्य हा साधा प्राणी नाही. तो पाऱ्यासारखा चंचल आहे. वाऱ्यासारखा स्वतंत्र आहे. मनुष्य कितीही सामान्य असो, अगदी क्षुद्र असो; चौकटीत न बसणे हे असामान्यत्वाचे लक्षण त्याच्या ठिकाणी सदैव आढळते.

माझ्यातले क्रिकेटप्रेम हे सामान्य माणसातल्या असामान्यत्वाचे असेच एक लक्षण आहे. तसे पाहिले तर या खेळाचा नाद मला लहानपणी का लागावा? ज्या सांगलीत माझे बालपण गेले, तिथे त्या काळी तालमीतले शड्डू ठोकण्याचे आवाज गल्लोगल्ली ऐकू येत असत. वारंवार कुस्त्यांची मैदाने होत. आजच्या क्रिकेटच्या सामन्याप्रमाणे त्यांची घरोघर चर्चा चाले. खुद्द माझे एक मामेभाऊ कुस्तीगीर होते. जिलब्यांचे ताट फस्त करणे किंवा बुक्की मारून नारळ फोडणे हा त्यांच्या तळहाताचा मळ होता. अशा स्थितीत मी तांबड्या मातीत लोळू शकलो असतो, तर ते स्वाभाविक होते. पण मला नाद लागला तो क्रिकेटचा! बरे, त्या खेळात माझी तशी काही गती होती म्हणावी तर तेही नाही. आमच्या बालचमूंचे जे सामने होत, त्यात कुठल्याही पक्षात मी असलो तरी माझ्या खेळण्याचा क्रमांक अगदी खाली असे. तसे होणे अपरिहार्य होते. माझी दृष्टी मूळचीच अधू होती.

ईश्वरसाक्ष सांगायचे तर गोलंदाजाने टाकलेला चेंडू मला नीट दिसला आणि मी तो व्यवस्थित तडकावला, असे कधी झाल्याचे मला आठवत नाही. मी प्रसंगी पाच-दहा धावा काढीत असे. क्वचित मी तास-तासभर चिकाटीने मैदानावर जिवंत राहत असे, पण हे सारे नशिबाने घडे. इतर गोष्टीत नसलो तरी याबाबतीत मी पूर्णपणे भारतीय होतो. दैवावर माझा संपूर्ण भरवसा होता.

पण दैव मोठे लहरी असते. स्त्री, निद्रा, बालक आणि सम्राट या सर्वांचा लहरीपणा त्याच्यात एकवटलेला असतो. एकदा मी एक उंच उडालेला चेंडू झेलायला गेलो. चेंडू मला नीट दिसत नव्हता. त्या चेंडूला तरी काही अक्कल असावी, की नाही? सरळ माझ्या हातात पडण्याऐवजी बेटा अचूक माझ्या नाकावर पडला. चांगले नाक ठेचले त्याने माझे! मी बेशुद्ध होऊन जमिनीवर पडलो. दोन-तीन तासांनी शुद्धीवर आलो.

क्रिकेटमधला माझा पराक्रम असा एवढाच आहे. असे असून गेली पन्नास वर्षे मी क्रिकेटचा परमभक्त राहिलो आहे. सामन्याचे वर्णन रेडिओवर सुरू झाले, म्हणजे मला दुसरे काही सुचेनासे होते. लेखन, वाचन... सारे सारे फिके वाटू लागते. आजही तसेच झाले होते. पण त्या सद्गृहस्थांनी ऐनवेळी येऊन माझ्या रंगाचा भंग केला, माझ्या आनंदावर विरजण घातले.

आता रात्री आठ-सव्वाआठपर्यंत या सामन्याची माहिती मिळणे शक्य नव्हते. मधला दीड तास मला दीड युगासारखा वाटू लागला. कुठलाही नाद... मग तो क्रिकेटचा असो वा अध्यात्माचा असो... हा मद्याचा प्याला असतो. तो प्याला घेतल्यानंतर मनुष्य इतर दुःखे घटकाभर विसरून जातो, पण त्याचबरोबर त्याची त्याला चटक लागते. त्याची तलफ आली आणि तो मिळाला नाही, म्हणजे मनुष्य अस्वस्थ होतो. केव्हा एकदा तो पेला तोंडाला लावीन, असे त्याला होऊन जाते. एखाद्या पुस्तकातल्या किड्याला ओसाड बेटावर नेऊन टाकावे, पुस्तकांखेरीज इतर सर्व सुखसाधनांची सोय करावी; चार दिवसांत त्याला वेड तरी लागेल किंवा सरळ समुद्रात जाऊन तो जीव तरी देईल.

मधला दीड तास कसा घालवायचा, या विवंचनेत मी होतो. नाइलाजाने अकरा वाजता शाळेत गेलेल्या मुलाचे मन जसे रात्री जागून अर्धवट वाचलेल्या कादंबरीभोवती घुटमळत असते, तसे माझे मन रेडिओभोवती प्रदक्षिणा घालीत होते.

मला उगीच आठवणी येऊ लागल्या. मी कॉलेजमध्ये होतो. तेव्हा युरोपियन संघाच्या बाजूने खेळणारा टॅरंट (त्याच्या नावावर टायरन्ट (Tyrant) अशी कोटीही

त्यावेळी आम्ही करीत होतो.) नावाचा एक शीघ्रगती गोलंदाज होता. त्याने एकदा आमच्या खेळाडूंची अशी दाणादाण उडवून दिली होती! अगदी पानिपत केले होते त्याने आमचे! या आठवणीबरोबर विठ्ठल, देवधर, नायडू, अमरनाथ यांच्या पराक्रमांच्या अनेक आठवणी माझ्या मनात जागृत झाल्या. अमरनाथने पहिल्याच कसोटी सामन्यात काढलेले ते शतक! त्याला आता तीस वर्षे होऊन गेली. ते पाहण्याची संधीही मला मिळाली नव्हती. पण कोकणातल्या कोपऱ्यात दुसऱ्या दिवशी आलेल्या मुंबईच्या दैनिकातून या पराक्रमाचे वर्णन मिटक्या मारीत मी पुन:पुन्हा वाचले होते. लहानपणी पांडवप्रताप वाचताना अभिमन्यूच्या शौर्याचे वर्णन वाचून मी थरारलो होतो. तो रोमांचकारक आनंद त्या इंग्रजी दैनिकाने मला पुन्हा दिला होता. नायडूंचा असाच एक न पाहिलेला भीमपराक्रम मी वाचला होता. एकदा ग्रिमिट या धूर्त ऑस्ट्रेलियन गोलंदाजाने कमरेइतका उंच उडणारा चेंडू टाकला. त्या चेंडूला कंकय्यांनी षटकार मारला! नि तोही कसा? तर चेंडू हवेत उंच न उडवता! एखादा तोफेचा गोळा सूं सूं करीत जावा, तसा तो चेंडू कंबरभर उंचीवरून हवेतून सीमारेषेच्या पलीकडे जाऊन पडला होता.

शेवटी कसाबसा तो कंटाळवाणा दीड तास संपला. मी रेडिओवरच्या बातम्या ऐकू लागलो. ध्यानीमनी नसताना एखादे विमान जमिनीवर कोसळावे, तशी माझी मन:स्थिती झाली. दैव फितूर झाले होते. बेग धावबाद झाला होता. सामना अनिर्णीत ठेवण्याचे भारताचे स्वप्न विरून गेले होते. मला फार वाईट वाटले. क्षणभर बेगच्या उतावळेपणाचा राग आला. त्याने असे धावबाद व्हायला नको होते. मग मनात आले, जीवनात नेहमीच असे अपघात होत असतात. क्रिकेट म्हणजे तर क्षणाक्षणाला चाललेला जीवनमरणाचा खेळ! या जगात माणसाला अनुकूल असलेले दैव क्षणार्धात त्याच्यावर कसे उलटेल याचा नेम नसतो. आपण सामना हरलो, तरी आमच्या बेगने आज मैदान गाजविले, यात शंका नाही. रात्री झोपेपर्यंत मी विशीतल्या या पराक्रमी वीराचे मनातल्या मनात कौतुक करीत होतो.

दुसऱ्या दिवशी सकाळी मी वर्तमानपत्र उघडले. त्यातल्या क्रिकेटच्या बातम्या मी प्रथम वाचू लागलो, हे सांगायची जरुरीच नाही. या बातम्यांत एक गोष्ट मी वाचली आणि काल बेगच्या पराक्रमाचे कौतुक करीत असतानासुद्धा जी आनंदाची उत्तुंग लाट माझ्या मनाला स्पर्श करून गेली नव्हती, ती तिथे उचंबळली. बेग धावबाद झाला होता, हे खरे! पण धावबाद होतानाही त्याने एक पराक्रम केला होता. लौकिक दृष्टीने तो पराक्रम नसेल, पण माझ्या मनाला त्याने चटका लावला. आपला जोडीदार उम्रीगर हा शतकाच्या जवळ आला आहे, त्याला शतक पुरे

करण्याची संधी देणे हे आपले कर्तव्य आहे, हे ओळखून बेगने स्वत:चा बळी दिला होता. ट्रूमन आणि ऱ्होडस यांना फटके मारण्यात नि:संशय त्याचे शौर्य प्रकट झाले होते. डोक्यावर चेंडू बसून जखमी झाल्यावर दुसऱ्या दिवशी पुन्हा खेळायला येण्यात आणि आदल्या दिवशीच्या धडाडीने खेळण्यात श्रेष्ठ प्रतीचे साहस त्याने प्रकट केले होते. पण आपल्या जोडीदाराला बचावण्याकरता हसतमुखाने आपला बळी देणे हा नि:संशय त्या पराक्रमाचा कळस होता.

शौर्य आणि त्याग हे दोन्ही फार उच्च प्रतीचे गुण आहेत. कुठलाही लहानमोठा पराक्रम पाहिला, की माझ्या मनात कौतुकाची, आदराची मोठी लाट उसळते. वाटते, माणसाच्या अंगी ही जी ईर्ष्या आहे, उंच उंच कुंपणे ओलांडून नवनव्या प्रदेशात आपल्या कर्तृत्वाचे निशाण रोवण्याची मनुष्याची ही जी जिद्द आहे, तिच्यावर सतत पुष्पवृष्टी करावी. ही भावना हा मानवी संस्कृतीचा एक प्रमुख आधार आहे. आर्य लोक प्रथम उत्तर ध्रुवावर राहत होते. तिथे बर्फप्रलय झाला. आपले वसतिस्थान सोडून त्यांना खाली सरकावे लागले. पिढ्यान् पिढ्यांची भ्रमंती सुरू झाली. अशा वेळी यज्ञकुंड कुठले आणणार? हवन कसे करणार? पण यज्ञकुंड प्रज्वलित करता येत नसले, तरी त्यावेळी म्हणावयाचे मंत्र पठन करून स्मृतिगत करता येतील, हे त्यांनी ओळखले. त्यांनी वेद जिवंत राखले, ते अशा अष्टौप्रहर मंत्रपठन करणाऱ्या वीरांच्या साहाय्याने! कोलंबस काय, कॅप्टन स्कॉट काय, लुई पाश्चर काय किंवा त्यांच्या तोडीचे दुसरे शास्त्रज्ञ किंवा संशोधक काय; हे सर्व शूर वीर आहेत. त्यांनी आपल्या पराक्रमाने मानवाची संस्कृती घडवली आहे. आज तो जी सुखे उपभोगीत आहे, त्यांची बीजे त्यांनी पेरली आहेत.

पराक्रम हा शब्द लढाईतल्या वीरश्रीची संलग्न आहे, असे आपण मानीत आलो आहो. पण हा त्या शब्दाचा फार संकुचित अर्थ झाला. पराक्रमात जिद्द, शौर्य, साहस, स्वत:च्या प्राणांविषयीची बेफिकिरी हे गुण असतातच; पण त्याचबरोबर काहीतरी नवे, सुंदर, उदात्त निर्माण करण्याची तीव्र इच्छाही असते. म्हणूनच मानवी जीवनाच्या विकासाबरोबर पराक्रमाची क्षेत्रेही विस्तार पावत आहेत. चंद्रमुखीच्या चुंबनावर संतुष्ट असलेला मानव आज चंद्राला आलिंगन द्यायला निघाला आहे. किती झाले तरी रणांगणावरला पराक्रम आत्मपूजक असतो. पराक्रम दुसऱ्याच्या सुखाचा विचार करू लागला, की त्याचे स्वरूप अधिक उज्ज्वल आणि अधिक उदात्त होते. प्रसंगावधान राखून बेगने उम्रीगरसाठी आपला बळी दिला, ही गोष्ट त्याच्या एकशेबारा धावांपेक्षाही मला अधिक सुखावह वाटली, ती यामुळेच!

कॅप्टन कुकच्या चरित्रात तर हे सनातन सत्य किती सुंदर आणि भव्य रीतीने प्रगट झाले आहे. कुकने दक्षिण ध्रुवावर निशाण रोवले, हा त्याचा पराक्रम फार मोठा होता. तिथून परत येताना या साहसी संशोधकाची सारी तुकडी बर्फाच्या वादळात सापडली. गलितगात्र आणि मरणोन्मुख झालेला त्यातला एक सहकारी 'मला सोडून तुम्ही पुढं चला, तुम्ही आपले प्राण वाचवा.' असा सल्ला सारखा देत होता. पण कुकने तो ऐकला नाही. तो इतरांसह त्या मित्रासाठी मागे रेंगाळत राहिला आणि अंती सर्व मृत्युमुखी पडले. दक्षिण ध्रुवाचा शोध लावण्यातले साहस भविष्यकाळात कदाचित फिके वाटू लागेल. त्याची मानवतेला विस्मृती होईल. पण हा त्याग? तो अमर आहे.

शौर्यापेक्षाही उदात्ततेचे मानवतेला सदैव आकर्षण वाटते. तसे वाटणे हे मानवाच्या मोठेपणाचे लक्षण आहे. दुसऱ्याकरिता स्वतःला विसरणे, दुसऱ्याच्या सुखाकरिता स्वतःच्या सुखाचा त्याग करणे, शारीरिक सुखांच्या पलीकडे असलेल्या सुखांचा ध्यास घेणे आणि केवळ जगण्याच्या पातळीवरल्या मूल्यांपेक्षा निराळ्या मूल्यांचे दर्शन होणे ही सर्व संस्कृतीची लक्षणे आहेत. म्हणूनच ज्यांच्या चरित्रात त्यांचा प्रकर्षाने आढळ होतो, ती माणसे मानव समाजाला सदैव प्रिय आणि पूज्य होऊन राहतात.

भारतीय पुराणकथा म्हणजे या चिरकालीन सत्याची चालतीबोलती स्मारकेच आहेत. पार्वतीची कथा पाहा. तसे पाहिले, तर लक्ष्मी जगच्चालक भगवान विष्णूची प्रिय पत्नी. संपत्ती आणि समृद्धी यांची अधिष्ठात्री देवता. इतकी नाजूक आणि सुंदर, की कमलपत्राशिवाय अन्यत्र उभे राहणे तिला क्षणभरही रुचत नाही. धनधान्य, अलंकार, वैभव, ऐश्वर्य हे सारेसारे तिच्या कृपाकटाक्षावर अवलंबून; पण सर्वसामान्य मनुष्याचा पैसा हा सहावा प्राण असूनही तो काही लक्ष्मीची पूजा करीत सुटत नाही. दिवाळीतले लक्ष्मीपूजन सोडले, तर लक्ष्मीच्या वाट्याला सहसा मोठा मानसन्मान येत नाही. पण पार्वतीची गोष्ट सर्वस्वी निराळी आहे. ती हिमालयाची कन्या. तशी थोडी-फार रांगडीच! उग्र तपाने आपले शरीर सुकवून घेणारी! पुढेही शंकरासारख्या कफल्लक नवऱ्याबरोबर संसार करणारी! शिष्टाचार म्हणून काही चित्रकार चित्रातल्या पार्वतीच्या अंगावर दागिने घालतात, पण सत्याच्या दृष्टीने ते अगदी चूक आहे. स्मशानात संसार थाटणाऱ्या शंकराची एकंदर मिळकत काय असेल, याची तुम्हा आम्हा सर्वांना पूर्ण कल्पना आहे. उद्या स्वर्गात पंचवार्षिक योजना सुरू झाल्या, इंद्राला पैशांचा तुटवडा पडू लागला आणि कुबेराच्या मदतीला यमाला देऊन सर्व देवांवर जास्तीत जास्त प्राप्तिकर बसवायचे त्याने ठरविले, तरी शंकराला कर

म्हणून फुटकी कवडीसुद्धा द्यावी लागणार नाही, हे आपण पूर्णपणे जाणतो.

असे असूनही पार्वती लक्ष्मीपेक्षा लोकप्रिय आहे. गौरीच्या, उमेच्या, भिल्लिणीच्या, जगन्मातेच्या कितीतरी विविध रूपांनी भारतीय मनात ती घर करून राहिली आहे. पित्याने पतीचा अपमान केलेला पाहून यज्ञकुंडात उडी घेणारी ही सती! प्रेम कसे करावे, हे तिने आपल्याला शिकविले आहे. तिला लक्ष्मीपेक्षा अधिक भक्त मिळाले आहेत, त्याचे कारण तिच्या प्रेमातली उत्कट उदात्तता हे आहे.

आपल्या श्रेष्ठ पुराणकथांना जी भव्यता लाभली आहे, तिचे मूळ मनुष्याच्या अंत:करणाच्या या विलक्षण तृषेत आहे. सामान्य मनुष्याला त्याग करता येत नाही. पण तो करता यावा, असे त्याला सतत वाटत असते. म्हणूनच त्याचे मन त्यागाची पूजा करण्यासाठी आसुसते. रामायणाच्या लोकप्रियतेची वाङ्मयीन कारणे कोणतीही असोत, मानसशास्त्राच्या दृष्टीने ते कारण सर्वसामान्य मनाला वाटणारे त्यागाचे आकर्षण आहे. प्रभू रामचंद्र मोठा पराक्रमी आहे. तेहेतीस कोटी देवांना चळचळा कापायला लावणाऱ्या रावणाचा तो नि:पात करतो, पण त्याच्या या शौर्यापेक्षाही आपले मन अधिक ओढ घेते, ते राजपदाचा हसतमुखाने त्याग करून तो वनवास स्वीकारतो, त्या प्रसंगाकडे! सीतेसह अयोध्येच्या सिंहासनावर विराजमान झाल्यानंतर लोकानुरंजनासाठी तो सीतेचा त्याग करतो, त्या प्रसंगाकडे! भवभूतीसारखा श्रेष्ठ कवी रामाच्या या उदात्त मनाचे एखाद्या विलक्षण नाजूक छटेने जेव्हा चित्रण करतो, तेव्हा तर त्याच्या रावणवधाच्या पराक्रमाची आपणाला आठवणही राहत नाही. उत्तररामचरिताच्या पहिल्या अंकात हा अनुभव येतो. हा सारा अंकच सुंदर आहे. त्यात कोमल काव्य आहे; नाजूक नाट्य आहे; राम, सीता, लक्ष्मण यांच्या स्वभावाच्या विविध मनोहर छटा आहेत आणि गतकाळातल्या सुखदु:खाच्या प्रसंगांकडे ज्या आर्त दृष्टीने आपण पाहतो, तिचे उत्कृष्ट प्रतिबिंब आहे.

राम आणि सीता आपल्या लग्नापासूनच्या सर्व प्रसंगांची चित्रे पाहत असतात. अनेक गोड आठवणींनी त्यांची मने पुलकित होतात. ही चित्रे पाहता पाहता एका चित्राकडे बोट दाखवून लक्ष्मण म्हणतो,

"दादा, ही पाहा मंथरा."

राम हे ऐकतो. तो मुकाट्याने पुढे होतो आणि सीतेला म्हणतो,

"देवी, वैदेही, शृंगवेरपुरातील हाच तो इंगुदी वृक्ष. इथंच मागे आम्हावर उपकार करणारा निषादाधिपती गुहक याची व आमची भेट झाली."

राम पुढच्या चित्राकडे वळलेला पाहून लक्ष्मण हसून स्वगत म्हणतो,

'हं, एकूण दादांनी कैकेयी मातेचं चरित्र वगळलं.'

किती साधा प्रसंग आहे हा! लक्ष्मणाचे स्वगत नसते, तर तो आपल्या

लक्षातही आला नसता. पण या प्रसंगात रामाच्या उदात्त मनाचे केवढे रम्य दर्शन आहे.

म्हणूनच मला वाटते, उदात्ताविषयीची ही अनामिक आंतरिक ओढ हा मानवी मनाच्या विकासाचा ध्रुवतारा आहे. तिच्यामुळेच विविध दृश्ये पाहतानासुद्धा जिथे त्याग आहे, जिथे समर्पण आहे, जिथे जिथे उदात्ताच्या क्षितिजाला स्पर्श करण्याची धडपड आहे, तिथे तिथे मनुष्याचे मन अलौकिक आनंदाने फुलून जाते. दूरवर पसरलेल्या पर्वतराजीपेक्षा तिचे एखादे उत्तुंग शिखरच आपले लक्ष वेधून घेते. दुथडी भरून वाहणाऱ्या नदीपेक्षाही जिथे नदी समुद्राला मिळते, तिथे आपल्याला दिव्यत्वाचा साक्षात्कार होतो.

बेगच्या शतक काढण्याच्या पराक्रमाचे कौतुक करणारे माझे मन उम्रीगरसाठी धावबाद होण्याचे त्याने पत्करले, या गोष्टीने अधिक आनंदित होऊन गेले, ते उगीच नव्हे! हे उदात्ततेचे आकर्षण जोपर्यंत माझ्यासारख्या सामान्य मनुष्याच्या ठिकाणी धुगधुगत आहे, तोपर्यंत असंख्य भीषण महायुद्धे झाली, शीतयुद्धाने पंचखंड पृथ्वी कुडकुडू लागली, अणुबाँब व हायड्रोजन बाँब यांच्या स्फोटांनी जीवनावर मरणाची कृष्णछाया पसरली, तरी मनुष्याच्या प्रगतीविषयी मी मुळीच निराश होणार नाही.

१९५९

७

रात्रीचा पोशाख

‘भाजी आणायला हवी’ हे शब्द कानांवर पडताच जवळपास एखाद्या बाँबगोळ्याचा स्फोट झाल्यासारखे वाटले मला! हे तीन शब्द माझ्या पत्नीने रागाने उच्चारले होते, असे मुळीच नाही. तिचा स्वर विनंतीचा होता; आज्ञेचा नव्हता. भाजीची

मंडई तर आमच्या घरापासून हाकेच्या अंतरावर आहे आणि ती मैल, दोन मैल लांब असती, तरी त्या लांबीला भिणारा प्राणी मी थोडाच आहे? बोलण्याप्रमाणे चालणे सध्याच्या जगात फार क्वचित आढळते. तर चार-चार तास स्वैर गप्पा मारीत बसण्याप्रमाणे चार-चार मैल स्वच्छंद भटकण्यातही मी प्रवीण आहे. या गोष्टी माझ्या रक्तातच आहेत म्हणानात! असे असूनही गृहस्थधर्मातल्या दैनंदिन पवित्र कर्तव्याविषयी पत्नीने केलेली ती अत्यंत प्रेमळ सूचना मला मोठी अप्रिय वाटली.

असे वाटण्यासारखीच माझी परिस्थिती होती. स्वर्गातून पृथ्वीवर पाणी आणण्याकरिता आकाशात टाकलेले नळ रात्रीपासून मधेच कुठेतरी फुटले होते. विश्वकर्मा एखाद्या नव्या अप्सरेविषयी नृत्यगायनात गुंग झाल्यामुळेच की काय, उजाडले तरी या नळदुरुस्तीकडे त्याचे लक्ष गेल्याचे चिन्ह दिसत नव्हते. कशातरी चार चुळा भरून अंथरुणातच चहा घेता घेता मला या बिकट परिस्थितीची कल्पना आली. हवेत विलक्षण गारठा आला होता. त्यामुळे ऊन ऊन चहा पिऊन हुशारी वाटू लागताच जाड रग आणि

एक नवी कादंबरी यांच्या मदतीने या अस्मानी सुलतानीला तोंड द्यायचे मी ठरविले आणि पुन्हा अंथरुणावर आडवा झालो.

चहा आणि रग यांच्यामुळे प्राप्त झालेला अंतर्बाह्य उबदारपणा मोठा सुखकारक वाटत होता. पैशाची ऊब असलेली माणसे जगात बेफिकीरपणे का वागतात, याची अंधूक कल्पना आता कुठे मला आली. मी वाचायला घेतलेली कादंबरीही मोठी सुरेख होती. चोरटी चुंबने, तिरपे कटाक्ष, उभार उरोज, थडथडून दिलेली आलिंगने वगैरे मंडळींची वर्दळ तिच्यात मुळीच नव्हती. एका सत्प्रवृत्त, पण अयशस्वी आत्म्याची कथा होती ती! चहाच्या उनउनीत घोटांची आठवण घशात रेंगाळत आहे, एखाद्या मांजरीने पिलाला आपल्या कुशीत घ्यावे, त्याप्रमाणे लठ्ठ मऊ रगाने लपेटल्याची सुखद जाणीव शरीराला गुदगुल्या करीत आहे आणि मन एका सात्त्विक आत्म्याच्या अनुभवाशी समरस होत आहे. सुखाची परमावधी होती ही! मला वाटले, 'आनंदी आनंद गडे, इकडे तिकडे चोहिंकडे' या गोड ओळी अशाच एखाद्या क्षणी बालकवींना स्फुरल्या असाव्यात. उग्र तपश्चर्या करणारे प्राचीन ऋषी ज्याला ब्रह्मानंद म्हणत असत, तोसुद्धा यापेक्षा काही निराळा नसावा, अशी माझी संशोधक बुद्धी मला सांगू लागली.

आता तुम्ही सांगा, अशा आनंदात गुंग असलेल्या मनुष्याच्या समाधीचा भंग करणे हे पाप नाही का? पण हे पाप स्त्री जगाच्या आरंभापासून करीत आली आहे. ब्रह्मदेवाने तिला तेवढ्यासाठीच निर्माण केले आहे की काय, कुणास ठाऊक! कधी ती अप्सरा होऊन त्याला आपल्या मोहजालात अडकवून टाकते, तर कधी गृहिणी होऊन भाजी आणायची आठवण ती त्याला करून देते. मिळून हिशेब काय? सारखाच! समाधीचा भंग, तपश्चर्येचा नाश, नंदनवनातून हद्दपारी...

आदाम आणि विश्वामित्र यांचे स्मरण करीत मी मुकाट्याने उठलो. रगाचा निरोप घेताना आश्रमातली आवडती हरिणी सोडून जाणाऱ्या शकुंतलेचे सांत्वन करायला निदान कण्वबाबा तरी होते. पण माझे दुःख मला निमूटपणे गिळणे प्राप्त होते. 'मध्यान्ह काळ मोठा कठीण आहे', 'बुभुक्षितैर्व्याकरणं न भुज्यते' इत्यादी सुभाषितांचे साहाय्य घेऊन मी भाजीच्या मोहिमेवर जायला कसाबसा सिद्ध झालो.

पण म्हणतात ना? नकटीच्या लग्नाला सत्राशे विघ्ने! मी माझ्या अंगातल्या कपड्यांकडे पाहिले. हिरव्या पट्ट्यापट्ट्यांचा नाईट-सूट विराजमान झाला होता माझ्या शरीरावर. आता आली की नाही पंचाईत? असल्या भयंकर गारठ्यात रात्रीचा हा पोशाख काढून ठेवायचा, नवे चांगले भट्टीचे कपडे अंगात घालायचे आणि रस्त्यावरच्या चिखलाच्या रिपरिपीत ते घाण करून आणायचे... म्हणजे चार

आण्यांच्या भाजीसाठी परटाला चार आणे दक्षिणा द्यायची. कुणी देवाने सांगितला आहे हा नसता उद्योग? त्यापेक्षा हा नाइट-सूट घालूनच भाजी आणायला गेले, म्हणून काय बिघडले? अवघे पाच-दहा मिनिटांचे काम! तेवढ्यासाठी पोशाखाचे हे सव्यापसव्य करण्यात काय अर्थ आहे?

नाइट-सूट घालून भाजी आणायला जायचा हा नवा विचार मला फार नामी वाटला. मी झटकन कोटाच्या खिशातून पाकीट घेतले, खुंटीला टांगलेल्या दोन पिशव्या लंबे केल्या, छत्री उचलली, पायात वहाणा सरकवल्या आणि आता घराबाहेर पडून छत्री उघडणार, इतक्यात...

मी जागच्या जागी थांबलो. माझ्या अंतर्मनाला कुरुक्षेत्राचे स्वरूप प्राप्त झाले होते, 'नाही कृष्णा, मी लढणार नाही. मी माझ्या नातेवाइकांवर शस्त्र चालविणार नाही.' असे म्हणून गांडीव फेकून देणाऱ्या अर्जुनाप्रमाणे हातांतल्या पिशव्या भिरकावून देण्याच्या तीव्र इच्छेने माझा मार्ग अडविला. मी आत्मपरीक्षण करू लागलो.

रात्रीचा पोशाख अंथरुणात लोळण्याच्या दृष्टीने ठीक आहे. प्रसंगी हे कपडे घालून दिवसा घरातल्या घरात वावरायलाही काही हरकत नाही. घराच्या चार भिंतींना जनानखान्यातील दासीप्रमाणे अनेक रहस्ये लपवून ठेवायची विद्या जन्मतःच साध्य झालेली असते. त्या काही आल्या-गेल्यांपाशी माझ्या या पोशाखाची टिंगल किंवा चहाडी करीत बसणार नाहीत. पण या वेषात आपण घराबाहेर पडलो तर... छे!

मुकाट्याने सन्माननीय माघार घ्यावी आणि आत जाऊन कपडे बदलून यावे, असे मला वाटू लागले. पण कृष्ण व अर्जुन यांच्या पुराणांतरी वर्णन केलेल्या गाढ मैत्रीचा मलाही अनुभव यायचा होता. माझ्या मनातल्या भित्र्या अर्जुनाच्या कानात तिथे एकाएकी प्रगट झालेल्या कृष्णाने काय सांगितले, ते मला काही नीटसे कळले नाही. ते कळले असते, तर एक नवी गीताच मी लिहिली असती. पण कोंडाणा सर करण्याची प्रतिज्ञा करून निघालेल्या तानाजीप्रमाणे मीही छाती वर काढून भाजी आणायला घराबाहेर पडलो, हे मात्र खरे!

मी पाच-दहा पावले गेलो असेन, भाजी घेऊन येणारे एक गुजराथी शेटजी मला भेटले. आम्ही भाजीसोबती होतो. म्हणजे त्यांची नि माझी मंडईत जायची वेळ एकच होती. त्यामुळे आमची चांगली तोंडओळख झाली होती. दररोज मला पाहून ते मूक नमस्कार करीत. पण आज माझ्याविषयी त्यांची काहीतरी गैरसमजूत झाली आहे, असे मला आढळून आले. गृहस्थ माझ्याकडे विचित्र नजरेने पाहत पुढे चालता झाला. रात्री बायकोबरोबर भांडण झाल्यामुळे त्याचे मन ताळ्यावर नसेल,

असा विचार करून मी पुढे सटकलो.

इतक्यात एक आठ-दहा वर्षांचे पोरटे पावसात भिजत भिजतच पुढे येऊन माझ्याकडे निरखून पाहू लागले. गावात शिमगा किंवा मोहरम नसताना या गृहस्थाने हे सोंग का काढले आहे, हा गहन विचार त्या बाळजीवाला त्रस्त करून सोडीत असावा.

छत्री तोंडापुढे धरून मी त्याच्या तीक्ष्ण दृष्टीच्या माऱ्यातून स्वत:ची सुटका करून घेतली. थोडा पुढे जातो न जातो, तोच एक म्हातारे गृहस्थ भेटले. त्यांनी हाताने 'जरा थांबा' अशी खूण केली. काळे केस कितीही सुंदर दिसत असले, तरी जगातले पांढऱ्या केसांचे प्रस्थ अजून कमी झालेले नाही. साहजिकच मी थांबलो. ते गृहस्थ माझ्याजवळ आले, डोळ्यांवर हात धरून दोन-तीन वेळा त्यांनी माझ्याकडे पाहिले आणि ते म्हणाले,

''तसं काही काम नाही माझे. तुम्ही खांडेकरच की काय, हे नीट दिसलं नाही लांबून. म्हातारपणचं हे दु:ख फार वाईट बघा. दुरून काही गंमत बघावी म्हटले, तर ती दिसतच नाही.''

पाठीशी वाघ लागल्याप्रमाणे मी मंडईकडे जाऊ लागलो. त्या गडबडीत रस्त्यावरल्या एका डबक्यात खसकन माझा पाय गेला. एखाद्या म्हाताऱ्याने आपल्या तोंडाच्या रंगीत बोळक्यातून पचकन पिंक टाकावी, त्याप्रमाणे गढूळ पाण्याचा हजारा माझ्या अंगावर उडाला. नाइट-सुटाच्या खालच्या अर्ध्या भागाकडे आता मला पाहवेना. जणू काही तो माझा खास रंगपंचमीकरिता राखून ठेवलेला पायजमा होता.

जाता जाता बुरख्यातून भोवताली दृष्टिक्षेप करणाऱ्या स्त्रीप्रमाणे मीही छत्रीआडून जागतिक परिस्थितीचे अवलोकन करीत होतो. जो तो क्षणभर थांबून आपले सूक्ष्म निरीक्षण करीत आहे, हे चटकन माझ्या लक्षात आले. रस्त्याने एखादी सिनेमा नटी जाऊ लागली, म्हणजे जाणाऱ्या-येणाऱ्या लोकांत अशी चलबिचल होते, हे मी पाहिले होते. पण ते भाग्य चार चित्रपटकथा खरडणाऱ्या माझ्यासारख्या लेखकाच्या वाट्याला येईल, असे मला कधी स्वप्नातसुद्धा वाटले नव्हते. पण आजचा दिवस काही निराळाच दिसत होता. आपल्या पत्रिकेत एखादा नवा शुभ ग्रह नुकताच उदय पावला असावा, अशी मनाची समजूत करून घेत आणि बघ्यांच्या नजरांचा मारा चुकवीत मी मंडई गाठली.

पण तिथेही प्रत्येक भाजीवाली जेव्हा माझ्याकडे रोखून पाहू लागली, तेव्हा मात्र मी गडबडून गेलो. अंगातल्या त्या नाइट-सुटाचा असा राग आला मला! तो ताबडतोब काढून फेकून देणे शक्य नव्हते, म्हणूनच मी गप्प बसलो. मात्र रागामुळे माणसाचे किती नुकसान होते, हा अनुभव पुढच्या पाच मिनिटांत मला मिळाला. सारे लोक आपल्याकडे पाहून गालातल्या गालात हसत आहेत, असे वाटताच

भाजीवालीशी दरदामाबाबत घासाघीस करण्याचे भानच मला राहिले नाही. माळिणीने सांगितलेल्या दराला कमीत कमी दोन अगर तीन या आकड्याने भागावे, हा मंडईशास्त्रातला लहानपणी पाठ केलेला पहिला नियमसुद्धा मी या गोंधळात साफ विसरून गेलो. तिने दिलेली जूनजरबट भाजी कशीबशी पिशव्यांत कोंबून मी घाईघाईने घराकडे परतलो.

अर्ध्या वाटेवर एक सतरा-अठरा वर्षांची काळीसावळी, पण गोड मुलगी नेहमीप्रमाणे आजही मला दिसली. ती बहुधा सकाळी कुठल्या तरी गाण्याच्या वर्गाला जात असावी. एकदा तिच्या शाळेत मी व्याख्यानाकरिता गेलो होतो आणि तिच्या 'वंदे मातरम'चे स्वच्छ व शुद्ध उच्चार ऐकून तिला शाबासकीही दिली होती. तेव्हापासून कुठेही भेटली, तरी ती माझ्याकडे पाहून क्षणभर मंद स्मित करीत असे. मुग्ध अभिवादनाची तिची ही मधुर पद्धत मला मोठी काव्यमय आणि आनंददायक वाटे.

आता पाऊस थांबला होता. शिवाय छत्रीच्या आड कोण व्यक्ती आहे, हे कदाचित त्या मुलीला नीट दिसणार नाही, अशीही शंका माझ्या मनात आली. मी छत्री मिटली. जवळ येता येता ती मुलगी माझ्याकडे आश्चर्ययुक्त दृष्टीने पाहू लागली. आता पुढल्याच क्षणी त्या चिरपरिचित स्मिताचा आपल्याला लाभ होईल, अशा आशेने मी तिच्याकडे पाहू लागलो. पण आज तिचे ते अस्फुट मधुर हास्य कुठे लपून बसले होते कुणाला ठाऊक! दुसरीकडे कुठेतरी पाहत असल्याचे सोंग करीत माझ्या अंगावरून ती खुशाल पुढे चालती झाली.

भाजी आणायला घरातून बाहेर पडल्यापासून मी उपहासाचा विषय झालो होतो. पण त्या उपहासापेक्षा या मुग्ध मुलीच्या उपेक्षेने माझ्या मनाला अधिक जबर जखम केली. अस्से मागे फिरावे आणि तिला गाठून 'तू सुद्धा?' असे ब्रूटसला म्हणणाऱ्या सीझरप्रमाणे आर्त उद्‌गार काढावेत, अशी एक विचित्र इच्छा माझ्या मनात क्षणभर चमकून गेली.

घरी आल्यावर मी आणलेली भाजी पाहून माझ्या बायकोला हसावे की रडावे हे कळेना! ललितकलांमध्ये पत्नी ही पतीची प्रिय शिष्या असते वगैरे वगैरे काव्य कालिदासाने पुष्कळ केले आहे. त्याची सत्यता शेकडा एक-दोन नवऱ्यांच्यासुद्धा अनुभवाला येत नसावी. पण बायको ही नवऱ्याने केलेल्या बाजाराची अत्यंत कठोर टीकाकार असते, असे मी म्हटले तर शेकडा अठ्ठ्याण्णव पतिराज टाळ्या वाजवतील, याबद्दल मला मुळीच शंका नाही. आज तर काय, भाजी घेताना माझे डोकेच ठिकाणावर नव्हते. तेव्हा पत्नीचा नेपथ्यपाठ मुकाट्याने ऐकत, मी पुन्हा अंथरुणावर जाऊन पडलो. मघाची ती कादंबरी उघडली. पण आता माझे लक्ष

तिच्यात लागेना. ती फेकून देऊन मी विचार करू लागलो.

मला एकदम कवी बोरकरांची आठवण झाली. वाटले, या गृहस्थाची आणि आपली जर ओळख झाली नसती, तर मघाचा रस्त्यावरला मानहानीचा प्रसंग आपल्या आयुष्यात कधीही उद्भवला नसता. सोळा-सतरा वर्षांपूर्वी या कविराजांची स्वारी प्रथम आपल्या घरी आली. त्या क्षणापर्यंत नाइट-सूटशी इंग्रजी कोशापलीकडे आपला परिचय नव्हता. पण या कवीने पहिल्या दिवशी संध्याकाळी आपला रंगीबेरंगी रात्रीचा वेष जेव्हा अंगावर चढविला, तेव्हा त्याच्या प्रतिभेइतकेच त्याच्या पोशाखाचेही आपल्याला कौतुक वाटू लागले. निद्रादेवीच्या नंदनवनात प्रवेश करून तिच्या कुसुमकोमल बाहुपाशात विसावताना माणसाने त्या अद्भुतरम्य सृष्टीला शोभणारा पोशाखच करायला हवा, अशी काहीतरी कल्पना माझ्या मनात तरळून गेली. सैल पायजमा, पातळ आणि घळघळीत कोट, त्या दोहोंची सुंदर रंगसंगती, दिव्यांच्या मंद प्रकाशामुळे नाइट-सुटाच्या रंगीबेरंगी पट्ट्यांची डोळ्यांत भरणारी सौम्य मोहकता, इत्यादी गोष्टींचा विचार करीतच मी त्या रात्री झोपी गेलो. त्या रात्री माझ्या स्वप्नात फुलपाखरे भिरभिरत होती. लहान-मोठी इंद्रधनुष्ये उगवत होती. काळे ढग संध्येने दिलेले सुंदर नाइट-सूट घालून हसत हसत पृथ्वीवर सौंदर्यवृष्टी करीत होते. त्या स्वप्नांमुळे असेल अथवा लहानपणी सुंदर कपड्यांच्या बाबतीत अतृप्त राहिलेल्या माझ्या अंतर्मनाने सत्याग्रह केल्यामुळे असेल, मी लवकरच एक नाइट-सूट शिवायला टाकला.

तेव्हापासून या विशिष्ट पोशाखावर माझे मनस्वी प्रेम जडले आहे. शर्ट, कोट, पायजमे वगैरे कपडे करताना कसलेही कापड मला चालते. कुणी त्याच्या रंगाला नाक मुरडले किंवा कुणी असले कापड म्हाताऱ्यांना शोभते असे म्हटले तरी मला त्याचे कधी दुःख होत नाही. पण नवा नाइट-सूट शिवायचा झाला, म्हणजे मात्र माझा सारा चोखंदळपणा जागा होतो. या पोशाखावर माझे इतके प्रेम बसण्याचे आणि ते इतके दिवस टिकण्याचे कारण केवळ त्याचा सोयीस्करपणा किंवा रंगीबेरंगीपणा हे नाही. ते निराळेच आहे. एखाद्या पारिजातकावर असंख्य नाजूक सुगंधी फुले फुलावीत, त्याप्रमाणे रात्रीच्या या पोशाखाशी माझी अगणित स्वप्ने, माझ्या विविध आकांक्षा, माझी अंतर्मुख होण्याची शक्ती, माझी प्रीती, माझी भक्ती, इत्यादी अनेक भावनात्मक गोष्टी संलग्न झाल्या आहेत. शरीरापुढे मन दुबळे ठरल्यामुळे अनुतापाने जळणाऱ्या माझ्या आत्म्याचे दैनंदिन निःश्वास केवळ त्याच्या कानी पडू शकतात. दिवसा पाहिलेली दैन्याची आणि दारिद्र्याची अनेक दृश्ये आठवून स्वतःच्या दुर्बलतेबद्दल माझ्या डोळ्यांत जे पाणी उभे राहते, ते मी फक्त त्यालाच पुसू शकतो. माझ्या न लिहिलेल्या कादंबऱ्या आणि सत्यसृष्टीत न

उतरलेले सत्संकल्प त्यालाच ठाऊक आहेत. आपण या अफाट विश्ववृक्षावरले एक इवलेसे पान आहो, या अथांग जीवनसागरावरली एक क्षणिक लाट यापलीकडे आपल्याला काही किंमत नाही, या जाणिवेने माझा सारा अहंकार गळून पडतो, तो या पोशाखाच्या सहवासातच! अशा वेळी मला जीवनाचा जो साक्षात्कार होतो, त्याने मनाला मिळणारी शांती केवळ अवर्णनीय आहे. या शांतीचा साक्षीदार म्हणून मी नाइट-सुटाकडे पाहतो. त्याच्या सहवासात रात्रीची सात्त्विक किंवा अद्भुतरम्य सृष्टी आपल्याभोवती एखाद्या सुगंधाप्रमाणे तरंगत राहील, या आशेने केव्हा केव्हा दिवसासुद्धा तो अंगात घालून मी घरात वावरतो. माझी बायको माझे जुने शर्ट आणि कोट बोहाऱ्याला देऊन काचेची सुंदर भांडी पैदा करते. तेव्हा तिच्या त्या व्यवहारचातुर्याची मी मन:पूर्वक स्तुती करतो. पण तिने माझा जुना नाइट-सूट बोहारणीला द्यायला काढला, म्हणजे मात्र माझ्या कपाळाला आठ्या पडतात, याचे कारण हेच आहे. माझ्या दृष्टीने तो नुसता निर्जीव कपडा नसतो. एकांतात ज्याच्यापाशी मी आपल्या अंत:करणाचे कप्पे उघडले आहेत, असा जिवलग मित्र वाटतो तो मला!

पण मघाशी रस्त्यावर माझ्याकडे उपहासाने पाहणाऱ्या त्या लोकांपैकी एकाला तरी माझे हे रहस्य कळले असेल काय? त्या सर्वांच्या दृष्टीने मी वेडा... निदान विक्षिप्त आणि छांदिष्ट असा... इसम ठरलो होतो. पोशाखाच्या बाबतीत त्यांना मान्य असलेला संकेत मी मोडला होता. नाइट-सूट घालून मी घराबाहेर पडलो होतो. यापेक्षा आणखी दुसरा कुठला मोठा गुन्हा माझ्या हातून व्हायला हवा होता का?

क्रांती, प्रगती, सुधारणा, लोकशाही, नवे जग, नवा मानव वगैरे मोठमोठे शब्द आपण सध्या सदैव वापरतो. पण अद्यापि अगदी लहानसहान गोष्टीतसुद्धा आपण रूढीचे गुलाम आहोत, हेच खरे! आपल्या सामाजिक मनाला कुठलीही नवी ऊर्मी सहसा आवडत नाही. त्याला परंपरागत जुना साचाच प्रिय असतो. जीवनाच्या उगमाशी असलेल्या झऱ्यापर्यंत जाण्याची आपण कधी धडपडच करीत नाही. त्यामुळे सुख, पैसा, प्रीती, इत्यादिकांविषयीच्या उष्ट्या कल्पना चघळीत बसण्यात, प्रचलित संकेतापुढे निमूटपणे मान तुकवण्यात आणि कलेपासून राजकारणापर्यंत प्रत्येक क्षेत्रात मोठ्या मानल्या जाणाऱ्या लोकांच्या मतांची री ओढण्यात आपल्या सामाजिक मनाला आनंद होत असतो. सामान्य माणसाला अजून अनुभूतीपेक्षा अनुकरण अधिक आवडते. जगात ध्वनीपेक्षा प्रतिध्वनीच फार, असे गटेने म्हटले आहे, ते अशा वेळी पूर्णपणे पटते. जग असे नसते, तर कुणीतरी नाइट-सूट घालून दिवसा घटकाभर घराबाहेर पडल्याबरोबर ते त्याच्याकडे विचित्र उपहासात्मक नजरेने टकमक पाहत राहिले असते काय?

याचा अर्थ समाज जुन्या गोष्टींना आणि प्रचलित कल्पनांना निष्ठेने चिकटून राहतो, असा मात्र मुळीच नाही. त्याची जुन्यावर एवढी श्रद्धा असती, तर लांब लांब दाढ्या वाढविणाऱ्या प्राचीन ऋषींचे वंशज आजकाल सकाळ-संध्याकाळ गुळगुळीत दाढी करीत बसलेले दिसले नसते. कुठल्याही नव्या गोष्टीचा पुरस्कार व्यक्तीकडून होतो, तेव्हा समाज तिचा तिरस्कार करतो. तो तिच्याकडे पाठ फिरवून उभा राहतो. पण तीच नवी गोष्ट हळूहळू अनेकांच्या अंगवळणी पडून जुनी झाली, की सामाजिक मन तिला डोक्यावर घेऊन नाचू लागते. माझ्या लहानपणी स्त्रियांच्या केशरचनेवर पेशवाईत प्रचलित असलेल्या पद्धतीचा पगडा होता. त्यावेळी सैल अंबाडा बांधणारी स्त्री नटवी आणि छचोर मानली जाई. पण काळाइतका मानवी जीवनाचा चतुर विडंबक जगात दुसरा कुणी नाही, हेच खरे! अवघ्या पंचवीस वर्षांत अंबाडा बांधणारी ती नवी स्त्री जुनीपुराणी होऊन बसली आहे. केशरचनेमुळे जिच्या पातिव्रत्याविषयी लोकांना शंका येत असे, ती छचोर बाई आता त्याच कारणामुळे सभ्य स्त्रीचा आदर्श बनली आहे.

लोकमताचा हा चंचलपणा लक्षात घेतला, म्हणजे नाइट-सुटात घराबाहेर पडणारा माझ्यासारखा आजचा वेडा उद्या शहाणा ठरण्याचा संभव आहे, हे कोण नाकबूल करील? आज बुशकोट झपाट्याने लोकप्रिय होत चाललाच आहे, की नाही? मग उद्या नाईट-सूट घालून माणसे कचेऱ्यांना जाणार नाहीत, असे छातीवर हात ठेवून कुणी सांगावे? तसे झाले, तर या नव्या प्रथेचा प्रवर्तक म्हणून इथल्या मंडईजवळच्या चौकात माझा एखादा पुतळासुद्धा उभारला जाईल.

मात्र त्यावेळी नाइट-सूट घालून मंडईत जाण्याची लहर मला आली, तर माझ्या अंगावरला पोशाख पाहून तो पुतळा चकित झाल्यावाचून राहणार नाही. काही लोक रात्रीचा पोशाख सर्रास दिवसा वापरायला लागले, म्हणजे त्यातले काव्य संपलेच म्हणून समजावे. काव्य हे, काही झाले तरी आत्म्याचे स्वप्न आहे. त्याच्याशिवाय मनुष्य जगू शकेल, असे मला वाटत नाही. म्हणून असल्या स्वप्नांच्या साक्षात्काराकरिता, मनातल्या साऱ्या मुक्या कळ्या फुलविण्याकरिता देवाने जशी रात्र निर्माण केली आहे, तसा त्या रात्रीला शोभणारा पोशाखही माणसाने शोधून काढला पाहिजे. ज्याच्या सहवासात आपण अद्‌भुतरम्य सृष्टीत जाऊ शकतो, त्या पोशाखाचे स्वतंत्र अस्तित्व त्याने कायम ठेवले पाहिजे.

१९४९

८

नवे व्याकरण

सध्या जगात जिकडे तिकडे जुने नाहीसे करून त्याच्या जागी नवे स्थापन करण्याकरिता चळवळी चालल्या आहेत. नवा समाज, नवी मूल्ये, नवा मानव, नवी स्त्री हे शब्द सकाळपासून संध्याकाळपर्यंत इतक्यांदा कानावर पडतात, की जुने म्हणून काही या जगात शिल्लक राहणार आहे की नाही, याचीच माझ्यासारख्याला शंका वाटू लागते. मी काही तसा जुन्याचा अंधभक्त नाही, पण हे नव्याचे लोण उद्या लोणच्यापर्यंत पोहोचले, तर माझी मोठी पंचाईत होईल. माफक मीठ घातलेले सुरसुरीत आटवल, त्याच्यावर भरपूर तूप (कुठल्याही लहानमोठ्या वनस्पतीचे नव्हे!) आणि तोंडी लावायला जुने लिंबाचे लोणचे ही माझी आयुष्यातली सर्वांत मोठी चैन आहे. सारेच जुने निकालात निघू लागले, तर आपण या चैनीला मुकू की काय, अशी अंधूक भीती अलीकडे अधूनमधून माझ्या मनाला चाटून जाते.

तसे पाहिले, तर मी नव्याचाच भोक्ता आहे. बाजारात नेहमी पाकिटातली जुनी नोट मी दुकानदाराला देतो आणि नवी पाकिटातून जपून ठेवतो. ती नवी नोट दुसरे दिवशी त्याच दुकानदाराला द्यावी लागणार, हे माझ्या लक्षात येत नाही, असे नाही. पिता कितीही प्रेमळ असला तरी मुलगी मोठी झाली, म्हणजे त्याला ती लग्न करून देऊन टाकावीच लागते. पण त्या नव्या नोटेचे आणखी एक दिवसाचे सहवाससुख आपल्याला मिळणार, या कल्पनेवरच मी खूश असतो.

उद्याचा नवा समाज केव्हा निर्माण होणार, हे सांगणे माओपासून म्हापणकरांपर्यंतच्या तज्ज्ञ लोकांचे काम आहे. नवा मानव घडविण्याचे कार्य विनोबांपासून कृष्णमूर्तींपर्यंत अनेक माणसे यथाशक्ती करीतच आहेत. नव्या स्त्रीच्या बाबतीत इतरांनी खटपट करण्याचे कारण नाही. आधुनिक स्त्री प्रत्येक नव्या फॅशनचे इतक्या झपाट्याने स्वागत करीत असते, की काही काही वेळा महिनाभराच्या फिरतीवरून परत आलेल्या नवऱ्याला आपली बायको ओळखणेसुद्धा कठीण होऊन बसते. या साऱ्या नव्या चळवळी माझ्या आटोक्याबाहेरच्या असल्यामुळे 'जे जे होईल, ते ते पाहावे' या तुकोबांच्या उपदेशाचा कालपर्यंत मी अवलंब करीत आलो होतो. पण काल माझी प्रतिभा का काय म्हणतात ना, ती जागी झाली. या नवनिर्मितीत आपलेही कार्य आहे, असा साक्षात्कार मला झाला म्हणानात! नवी स्त्री, नवा मानव, नवा समाज, इत्यादी गोष्टींप्रमाणे नवे व्याकरणही त्वरित तयार करणे जरूर आहे, असे कालपासून मला एकसारखे वाटत आहे.

शाळेत मी व्याकरणाचा शत्रू होतो... छे! व्याकरणच माझे शत्रुत्व करीत होते, असे म्हणणे बरोबर होईल... हे मी कबूल करतो. पण तो दंश मनात ठेवून केवळ सुडाच्या भावनेने जुने व्याकरण जमीनदोस्त करायला मी निघालो आहे, अशी कृपा करून कुणी समजूत करून घेऊ नये. मी रागीट आहे, पण दीर्घदंशी नाही.

लहानपणी मला व्याकरणाचा राग येत असे, तो निराळ्याच कारणामुळे. कडू कारले आणि गोड आंबा यातील कडू हे विशेषण आणि गोड हेही विशेषण, असे जेव्हा मास्तर जोरजोराने सांगू लागत, तेव्हा त्यांना वेड लागले असावे, अशी शंका माझ्या मनात येई. 'अरेरे' आणि 'अहाहा' ही दोन्ही म्हणे केवलप्रयोगी अव्यये! माझ्या बाल अनुभवाला हे मान्य नव्हते. पतंग आकाशात उंच उंच जाऊ लागला, मावळतीकडल्या रंगीबेरंगी ढगाचा तो एक लहानसा तुकडा आहे, असा भास होण्याइतका तो उंच गेला, म्हणजे माझ्या तोंडातून 'अहाहा' असा उद्‌गार बाहेर पडे. कृष्णाकाठच्या मळीत आम्ही पोरे एकदा कणसे लुंगवायला गेलो होतो. ऐन मोक्यावर मळीचा मालक दत्त म्हणून तिथे प्राप्त झाला. त्याने पाठलाग सुरू करताच आम्हाला पळता भुई थोडी झाली. धावता धावता माझी जरीची टोपी खाली पडली, त्यावेळी नकळत मी ओरडलो, 'अरेरे!'

'अहाहा' व 'अरेरे' यातला हा भेद मास्तरांना समजावून सांगावा, असे मराठी शाळेत अनेकदा माझ्या मनात येई. पण त्यांच्या टेबलावरच्या रुळाचा कागदावरल्या रेघांपेक्षा पोरांच्या पाठीशीच अधिक निकटचा संबंध आहे, हे लक्षात घेऊन तो मोह मी आवरीत असे.

माझी आणि व्याकरणाची जानपछान झाली, तेव्हा त्याच्याविरुद्ध माझ्या अनेक

तक्रारी होत्या. भूत म्हटले, की त्यावेळी माझ्या पोटात गोळा उभा राही. अशास्थितीत काळ समजावून सांगताना मास्तर 'भूत भूत' म्हणून ओरडू लागले की, वर्गातून पोबारा करावा, असा विचार माझ्या मनात येई. पेढ्याचे एकवचन आणि चापटपोळीचे अनेकवचन मला नामंजूर होते. भातापेक्षा भाकरीत अधिक शक्ती असते, असे म्हणणारे लोक पहिला शब्द पुल्लिंगी आहे व दुसरा स्त्रीलिंगी आहे, असे सांगू लागले म्हणजे तोंडपाठ असलेल्या 'शारदा' नाटकातले एक गाणे मला आठवे : 'जन खुळावले । सकळ उलट चालले.'

आपण शिकत असलेले व्याकरण जीवनातल्या अनुभवांशी अत्यंत विसंगत आहे, हे अशा रीतीने बालपणीच मला कळून चुकले होते. पण त्याच्याविरुद्ध बंड करून उठण्याची इच्छा मात्र माझ्या मनात कालच उत्पन्न झाली. प्रत्येक गोष्टीचा काळ यावा लागतो, हेच खरे!

ते झाले असे. एका मित्राबरोबर त्याच्या आजारी स्नेह्याकडे मी सहज गेलो. ते होते वकील. गोष्टीवरून गोष्टी निघाल्या. डॉक्टर आपल्याला दररोज किती इंजेक्शने देतात, त्यांनी सांगितलेली औषधे किती महाग असतात, महिन्याच्या पहिल्या तारखेला त्यांचे बिल आले, म्हणजे ते पाहण्याचा धीर आपल्याला कसा होत नाही वगैरे वर्णन वकीलसाहेब मोठ्या रसभरित रीतीने करू लागले. याच वेळी त्यांना तपासायला डॉक्टर आले म्हणून बरे! नाहीतर त्यांच्या वक्तृत्वपूर्ण वर्णनावरून डॉक्टरमजकूर हे मोठे डाकू असावेत, अशी आमची खात्री झाली असती.

डॉक्टरांनी आग्रह केला, म्हणून आम्ही त्यांच्या गाडीतून घरी परत जायला निघालो. गाडी सुरू होताच डॉक्टर आपल्याला घर व दवाखाना यांचे किती भारी भाडे भरावे लागते, हे रंगात येऊन सांगू लागले. त्यांच्या घरमालकाची एक सिनेमा कंपनी होती. अशा लक्षाधीश मनुष्याने आपल्याला लुबाडावे, याबद्दल डॉक्टरांना अत्यंत दुःख होत होते. 'लुच्चा', 'चोर' वगैरे विशेषणांची ते त्याच्यावर खैरात करू लागले.

त्या गृहस्थाला शंभर वर्षे आयुष्य असल्यामुळेच की काय, त्याची गाडी याच वेळी आमच्या समोरून आली. फार दिवसांत आम्ही त्याला भेटलो नव्हतो. त्यामुळे आम्हाला त्याच्या चहाच्या आग्रहाला नाही म्हणवेना.

त्याच्या बंगल्यावर फक्कड चहाचा व खमंग चिवड्याचा समाचार घेताना तो आपली रडकथा आम्हाला सांगू लागला. चित्रपटातले तारे आणि तारका यांचा भाव किती भरमसाट वाढला आहे, तारका कितीही गोऱ्या असल्या तरी त्या काळाबाजार कसा करतात, पंधरा हजारांचा तोंडी करार झाला तर त्यातले दहा हजार गुपचूप आगाऊ कसे मोजावे लागतात, एवढ्या मोठ्या रकमा दुसरीकडे हिशेबात टाकणे

किती कठीण जाते, इतके पैसे देऊनही गोंडस मुखड्याखेरीज दुसरे कुठलेही भांडवल जवळ नसलेली ही माणसे कामाची खोटी कशी करतात, हे सारे त्याने आम्हाला साग्रसंगीत ऐकवले.

त्याचा निरोप घेऊन आम्ही बाहेर पडलो. चार पावले चालतो न चालतो, तोच मागून येणाऱ्या गाडीतून कुणाची तरी हाक ऐकू आली. वळून पाहतो, तो याच कंपनीतले एक नामांकित नट. आम्ही गाडीत बसताच त्यांनी आपले पुराण सुरू केले. कोर्टात कसली तरी केस होती त्यांची. त्या केसच्या पायी वकिलाने त्यांना कसे पिळून काढले होते म्हणे...

तो वकील दुसरा तिसरा कुणी नव्हता. आम्ही ज्याच्या समाचाराला गेलो होतो, तो वकीलसाहेबच...

हसावे की रडावे, हे मला कळेना. वकिलांचे म्हणणे आपल्याला औषध देणारा डॉक्टर लुच्चा, डॉक्टरांचे म्हणणे आपला घरमालक लबाड, त्या घरमालकांचे म्हणणे आपल्या कंपनीत काम करणारा नट चोर आणि त्या नटवर्यांचे म्हणणे आपली केस चालवणारा वकील डाकू!

यातला प्रत्येकजण खरे बोलत होता. पण त्या खरे बोलण्यात एक मेख होती. हे सारे सज्जन फक्त व्यवहारदृष्ट्या खरे बोलत होते. व्यवहाराची दृष्टी नेहमीच एकांगी असते. ती स्वतःपुरती पाहते. 'दुसऱ्यांनी तुझ्याशी जसे वागावे, असे तुला वाटते, तसे तू दुसऱ्यांशी वाग' हे सांगणाऱ्या ख्रिस्ताची दृष्टी ही खरी जीवनदृष्टी होय. पण अशी दृष्टी या जगात हजारात एखाद्यापाशीच आढळते. बाकीचे सारे... त्यांचे वर्णन कशाला करायला हवे? सकाळपासून मी त्यांची दर्शने घेतच होतो की!

असे का व्हावे, याचा मी विचार करू लागलो आणि मला एकदम वाटले, याचे सारे खापर व्याकरणाच्या माथी फोडले पाहिजे. या व्याकरणाने तीन पुरुषांची तीन भिन्न जगे कशाला निर्माण केली? त्याने फक्त प्रथमपुरुष ठेवला असता, तर त्याचे असे काय तीन चव्वल बुडणार होते? पण आपल्या विद्वत्तेचे प्रदर्शन करण्याकरिता त्याने द्वितीय आणि तृतीय पुरुष शोधून काढले. साहजिकच जो तो 'सत्य बोला', 'परोपकार करा', 'मुलांनी आईबापांची आज्ञा पाळावी', 'मुक्या प्राण्यांवर दया करावी', असा उपदेश करू लागला. 'मी सत्य बोलतो', 'मी परोपकार करतो' असे म्हणायची आवश्यकता कुणालाच वाटेना. ओझे वाटून घ्यायची पाळी आली, की त्यातला जड भाग दुसऱ्याच्या शिरावर लादायचा, हा मनुष्यस्वभावच आहे. व्याकरणाने तीन पुरुष कल्पून नेमके याच गोष्टीला उत्तेजन दिले. त्यामुळे जग सुधारण्याची जबाबदारी द्वितीय आणि तृतीय पुरुषांवर टाकून प्रथमपुरुष नामानिराळा राहिला. त्यामुळेच मानवी जीवनात

अनेक दु:खे निर्माण झाली.

म्हणून कालपासून मला वाटू लागले आहे, की आता काही करून नवे व्याकरण तयार करायलाच हवे. या व्याकरणात द्वितीय आणि तृतीय पुरुषांना मज्जाव असेल. असे व्याकरण झाले, तरच नवा समाज आणि नवा मानव यांची तुम्हाआम्हाला आज पडणारी अंधूक स्वप्ने काहीतरी स्पष्ट दिसू लागतील... अंशत: का होईना, ती सत्यसृष्टीत उतरतील.

१९४९

♥

९

वनलता

"बराय! येतो."

"पुन्हा आलात, म्हणजे आमच्याकडंच उतरायचं हं!"

"ते काही सांगायला नको! आवर्त दशांशांत तोच तोच आकडा पुन्हा पुन्हा येतो ना! पाहुणाही तसाच असतो."

पाहुणे होते गणिताचे प्राध्यापक. तेव्हा त्यांनी आवर्त दशांशाचा उल्लेख करावा, हे ठीक होते. पण या उल्लेखाने माझ्या मनातल्या इंग्रजी दुसरीतल्या अनेक आठवणी जाग्या केल्या. त्या यत्तेत मी गेलो, तेव्हा दशांश चिन्हाइतकी रहस्यमय गोष्ट साऱ्या गणितशास्त्रात दुसरी कुठलीच नसेल, असे मला वाटले. लहान मुलीला लावलेल्या कुंकवाच्या बारीक टिकलीसारखे ते सुंदर दिसे. सख्खी बहीण नसल्यामुळेच की काय, अशा टिकलीचे मला मोठे आकर्षण वाटे. मी दशांश शिकायला लागलो, तेव्हाची एक पौर्णिमा तर अजून मला आठवते. पूर्वेकडे पिवळसर चंद्रबिंब हसत हसत वर आले. आकाशाच्या पाटीवर परमेश्वर दशांशाचे उदाहरण सोडवायला बसला आहे आणि त्या उदाहरणातले हे दशांशचिन्ह त्याने मांडले आहे, असे ते बिंब पाहून मला वाटले. तरुण रमणीच्या गालावरच्या तिळात दशांशचिन्हाचा भास होण्याचे ते माझे वय नव्हते. म्हणून तसली कल्पना त्यावेळी मला कधीच सुचली नाही. पण इंग्रजी दुसऱ्या यत्तेत फुलपाखराच्या पंखांवरच्या नाजूक ठिपक्याप्रमाणे दिसणाऱ्या

गणिताच्या पुस्तकातील दशांश चिन्हांच्या मेळाव्यात मी कितीतरी दिवस गुंग होऊन गेलो होतो!

मात्र दशांशाची अवघड उदाहरणे सुरू होताच माझ्या डोळ्यांवरली ही गोड धुंदी उतरली. माझ्या तोंडचे पाणी पळाले. विशेषत: आवर्त सुरू होताच हे काय अजब प्रकरण आहे, तेच मला कळेना. पुन्हा भाग द्यावा, तरी तोच आकडा आपला दत्त म्हणून पुढे उभा! त्या काळी सांगलीहून बुधगाव स्टेशनाकडे जाणाऱ्या मधल्या वाटेवर सात, एकसारखी दिसणारी चिंचेची झाडे होती. त्या झाडांवर सात, एकसारखी दिसणारी भुते राहतात, अशी आम्हा सर्व बाळगोपाळांची ठाम समजूत होती. ती भुतेच त्या भागाकारात आपल्यासमोर उभी राहत आहेत, असे ते आवर्ताचे उदाहरण सोडविताना मला वाटे. त्या भासाचा परिणाम उत्तर चुकण्यात आणि छड्या खाण्यात होई, हे सांगायला कशाला हवे?

म्हणूनच पाहुण्यांच्या बोलण्यावर कोटी करण्याच्या फंदात न पडता मी त्यांना टांग्यापर्यंत पोहोचविण्याकरिता बाहेर आलो. आम्ही दोघेही घराच्या पायऱ्या उतरलो, अंगण ओलांडले. पाहुणे एकदम थांबले आणि फाटकाजवळच्या एका झाडाकडे कौतुकाने निरखून पाहत म्हणाले,

''मोठं सुंदर झाड आहे हं!''

ते कसले झाड आहे, हे इथे कुणा लेकाला ठाऊक होते? तसली पुष्कळ झाडे घराभोवतालच्या मोकळ्या जागेत आपोआप उगवली होती. मी त्यांच्याकडे कधीच लक्ष दिले नव्हते. विश्वाच्या संसारात आकाश हा पुरुष आणि धरणी ही स्त्री आहे, हे मला ठाऊक आहे. त्यामुळे स्त्रीचे हे सर्व गुण जमिनीत दिसतात. केसात माळायला सुंदर, सुगंधी फुले मिळाली नाहीत, तरी स्त्री कसली तरी फुले, प्रसंगी पानेसुद्धा केसात खोवते. जमिनीचेही तसेच आहे. तुम्ही घराभोवतालच्या मोकळ्या जमिनीत सुंदर बाग उठविली नाही, म्हणून तिचे काही नडत नाही. गवत, झुडपे, काही ना काही तिच्यात आपोआप उगवतेच. आपले शरीर कसे सुशोभित करावे, हे तिला काही कुणी शिकवावे लागत नाही.

त्या झाडाचे कौतुक करणारे पाहुणे गणितशास्त्रज्ञ आहेत की, वनस्पतिशास्त्रज्ञ आहेत, हे मला कळेना. गाडी चुकेल, याची काळजी न करता हे मोठ्या बारकाईने ते झाड पाहू लागले. अर्थात मलाही त्या अपूर्व वनस्पतीकडे लक्ष देणे भाग पडले.

त्या वनस्पतीला झाड म्हणावे की, झुडूप म्हणावे, हे सांगणे मोठे कठीण होते. छातीइतके उंच होते ते. त्याची पाने दोन रंगांची होती. काही हिरवी आणि काही... हा दुसरा रंग मोठा मजेदार होता. एखाद्या लहान मुलाने नकळत निरनिराळे रंग मिसळून चित्र रंगवावे, तशी या पानांच्या बाबतीत निसर्गाची स्थिती झाली होती. ती पाने कोवळ्या पालवीसारखी तर दिसत होतीच. पण ती पालवी किरमिजी,

पोपटी, सोनेरी आणि काळसर रंगाच्या मिश्रणात नुकतीच नाहून आली आहेत, असे वाटत होते. काळी चंद्रकळा नेसलेली गोरी मुलगी जशी अधिकच उठून दिसते, तशी हिरव्या पानांच्या झुबक्यात ही रंगीबेरंगी पाने मोठी मोहक वाटत होती. झाडाच्या फांद्यांवर मधूनमधून हिरव्यागार बारीक फळांचे झुबके लटकले होते. शेजारच्या पोरांनी ही फळे शिल्लक ठेवली होती, त्यावरून ती खाण्याच्या उपयोगी पडत नसावीत. पण राय आवळ्याच्या आकाराच्या त्या हिरव्या फळांमुळे या अनामिक झाडाचे सौंदर्य वृद्धिंगत झाले होते, त्यात संशय नाही. त्याला बहुधा फुले येत नसावीत. तरीही ते मोठे सुंदर दिसत होते.

ते झाड डोळे भरून पाहिल्यावर पाहुण्यांनी घराभोवतालच्या मोकळ्या जागेत चोहीकडे नजर फिरविली आणि ते हर्षून उद्गारले,

"अरे वा! तुम्ही तर या झाडांची सुंदर बागच उठवून दिली आहे की!"

सत्य म्हणजे काय, हा प्रश्न पायलटने काही उगीच विचारला नव्हता.

वस्तुस्थिती अशी होती : ती झाडे मला किंवा माझ्या बायकोला न विचारता आमच्या घराभोवती उगवली होती. हद्दीत परवानगीवाचून प्रवेश केल्याबद्दल त्यांच्यावर फिर्याद करण्याचा घरमालक- म्हणजे भाडेकरू- या नात्याने मला हक्क होता. 'काय घराभोवती जंगल माजवलंय. एकदा सारं काढून टाकायला हवं हं!' असे परवाच त्या झाडांकडे तिरस्काराने पाहून सौभाग्यवती म्हणाली होती. तिने म्हटले म्हणूनच नव्हे, पण लोकांनी आपल्याला अरण्यपंडित म्हणू नये, म्हणून मुद्दाम एक गडी लावून हे जंगल तोडण्याचा विचारसुद्धा त्यावेळी माझ्या मनात येऊन गेला होता आणि हे प्राध्यापक महाशय तर आता म्हणत होते,

'तुम्ही या झाडांची सुंदर बागच उठवून दिली आहे!'

मी पूर्वेकडच्या बाजूला उगवलेल्या पाच-पंचवीस झाडांकडे पाहिले. मला दुष्यंताच्या त्या मार्मिक वाक्याची आठवण झाली. आश्रमवासी शकुंतलेला पाहून तो तिच्या लावण्याची राजवाड्यातल्या रमणींच्या सौंदर्याशी तुलना करतो आणि म्हणतो,

'वनलतांनी उद्यानलतांना मागं टाकलं, हेच खरं!'

आमच्या घराभोवती पसरलेल्या या वनलतांच्या बाबतीतसुद्धा ते खरे होते. पण या वनलतांचे सौंदर्य आजपर्यंत मला कधीच दिसले नव्हते. घराभोवती कसले तरी रान माजलेय, या समजुतीत मी मघापर्यंत होतो. असे का व्हावे? डोळे असूनही माणसे आंधळी होतात काय?

जगातल्या प्रत्येक माणसात काही ना काही गुण असतोच. जिच्यात औषधी गुण नाही अशी वनस्पती नाही, असे म्हणतात ना? तसेच माणसाचे आहे. पण

अतिपरिचयामुळे असो, आंधळेपणामुळे असो अथवा अज्ञानामुळे असो, माणसाची चांगली बाजू सहसा आपल्या डोळ्यात भरत नाही. ओळखीच्या बहुतेक माणसांची त्यांच्यामागे आपण निंदा करतो, याचे कारण हेच आहे.

हे माझ्या मनात आले मात्र... घराभोवती वेडीवाकडी पसरलेली ती पाच-पंचवीस झाडे एकदम अदृश्य झाली. त्यांच्या जागी माझ्या आयुष्यात येऊन गेलेले कितीतरी आप्त आणि मित्र उभे राहिले. त्यांच्यापैकी अनेकांवर अजून मनातून मी रुष्ट आहे, कित्येकांशी मी कडाडून भांडलो आहे. काहींची वेळीअवेळी मी निंदा केली आहे. माझ्या त्यावेळच्या वागण्यात काही चूक असेल, असे मला आतापर्यंत वाटले नव्हते. प्रत्येक वेळी मी बरोबर आहे, सारी चूक इतरांकडेच आहे, असे मी मानीत आलो होतो. हजार उदाहरणे कशाला हवीत? सख्खी आई आणि दत्तक वडील या दोघांशीही मी नेहमीच एक प्रकारच्या तुटकपणाने, तुसडेपणाने वागलो होतो. त्यांच्या स्वभावातले काटेच मला सदैव बोचत गेले, ही गोष्ट खरी आहे. पण या काट्यांप्रमाणे सुगंधाच्या काही छटाही तिथे असू शकतील, याचा मी कधी विचारच केला नाही. ओबडधोबड लेखक ज्याप्रमाणे खलनायक म्हणजे साऱ्या अवगुणांचे माहेरघर असलेले पात्र मानतो, त्याप्रमाणे मला अप्रिय वाटणाऱ्या माणसांकडे मी नेहमी पाहत आलो. आपापल्या परीने प्रत्येक झाड आणि प्रत्येक माणूस सुंदर असतो, या गोष्टीचा उमजच मला उभ्या आयुष्यात पडला नाही.

असे होऊ नये, पण होते खरे!

या पाहुण्यांची नजर घराभोवताली स्वैरपणे उगवलेल्या या झाडांकडे गेली नसती, तर कदाचित चार दिवसांत पत्नीच्या सौंदर्यदृष्टीचे समाधान करण्याकरिता मी त्यांचा नि:पातही करून टाकला असता.

गडबडीने टांग्यात बसता बसता पाहुण्यांनी मला प्रश्न केला,

"या झाडांचं बी कुठून आणलंत तुम्ही? मीसुद्धा ती घराभोवती लावावीत म्हणतो..."

आता काय सांगायचे कपाळ? खरे सांगत बसावे, तर पाहुण्यांची गाडी चुकविल्याचे पाप पदरी पडायचे! म्हणून दिली झाली एक लोणकढी ठेवून :

"माझ्या मेव्हण्यांना फार आवड आहे असल्या गोष्टींची... त्यांच्याकडून बायकोने कसले बी आणले होते कुणाला ठाऊक! पण झाडं फार सुंदर दिसतात हं! जरा व्यवस्थित लावायला हवी होती ती! चौकशी करून ते बी तुमच्याकडे पाठवून देईन मी."

टांगा खाड खाड करीत निघून गेल्यावर कितीतरी वेळ त्या झाडांकडे पाहत मी उभा होतो. मी घरात जाण्याकरिता वळलो, तो एक निश्चय करून! बायकोशी भांडावे लागले तरी बेहेत्तर, पण ही झाडे काढून टाकायची नाहीत. उलट त्यांचे सौंदर्य पाहायला तिला शिकवायचे.

या निश्चयाला एका मनाच्या टाळ्या पडल्या. इतक्यात दुसरे मन हळूच म्हणाले, 'या झाडाला कसली तरी फुलं हवी होती, म्हणजे आपलं काम अधिक सोपं झालं असतं.'

मी फाटकाजवळच्या त्या झाडाजवळ परत जाऊन निरखून पाहिले.

त्याच्या हिरव्या फळांच्या मधे तांबडसर रंगाची अगदी बारीक फुले दिसत होती.

ही फुले पत्नीला दाखवावीत, म्हणून मी ती भराभर तोडू लागलो.

अरे बाप रे! जिथे हात लावावा, तिथे असा विचित्र चिकटपणा जाणवू लागला... साऱ्या बोटांना डिंक फासल्यासारखे झाले.

वनलतेतील लता या शब्दाइतकाच वन हा शब्दही महत्त्वाचा आहे, हे दुष्यंताला शकुंतलेबरोबर संसार करताना पुढे कधीकाळी कळले की नाही, कुणास ठाऊक! पण माझी मात्र त्या बाबतीत खात्री होऊन चुकली. त्या झाडाला स्पर्श करण्यापूर्वी मी काव्याच्या जगात होतो. त्या स्पर्शाने मी एकदम व्यवहाराच्या जगात येऊन आदळलो.

प्राध्यापक मजकुरांचे या झाडाच्या बाबतीत स्मरण देणारे पत्र येताच मी उलट टपाली उत्तर पाठविले,

'माझ्या मेव्हण्याच्या मते हे झाड थोडे विषारी आहे. तेव्हा ते घराभोवती न लावणेच चांगले.'

१९५५

♥

१०

सुविचार

सुविचार वाचण्याचा मला लहानपणापासून छंद आहे. ही आवड माझ्या ठिकाणी कशी निर्माण झाली, कोण जाणे! काहीतरी रम्य किंवा भव्य पाहिले, म्हणजे माणसाचे मन क्षणभर उजळून जाते ना? तसेच सुभाषिताच्या वाचनाने होत असावे.

निदान चहा घेतल्यावर वाटते, तसे तरी माणसाला खास वाटत असावे. यामुळेच की काय, चहाच्या खालोखाल सुभाषिते वाचण्याचे व्यसन जडले आहे.

साहजिकच आजचे दैनिक हाती पडताच पहिल्या पानावरच्या भयंकर खुनाकडे फारसे लक्ष न देता मी आतले पान उघडले. अग्रलेख वाचण्याकरिता नव्हे; त्या अग्रलेखावर छापलेला सुविचार पाहण्यासाठी! तो सुविचार असा होता :

'आपले प्रत्येक कृत्य हे आयुष्यातले शेवटचे कृत्य आहे, असे मानून वागत जा.'

हे वाचताच मी चमकलो. कुणा वेड्याचा तर हा सुविचार नसेल ना, असे माझ्या मनात आले. हो, वेडे लोकही कधीकधी जगाला शहाणपण शिकवितात. शेक्सपिअरचा 'किंग लियर' हे वेडाच्या लहरीत शाश्वत सत्ये बोलून जाणाऱ्या माणसाचे सर्वोत्कृष्ट उदाहरण आहे.

या विचित्र सुविचाराखाली कुणाचे नाव आहे, हे मी कुतूहलाने पाहू लागलो. मार्क्स ऑरेलिस हे नाव माझ्या कानांवरून गेले होते, पण इत्तसीच्या फकिराइतकीच या

गृहस्थाची मला आता आठवण राहिली होती. खूप डोके खाजविले, तेव्हा कुठे लक्षात आले, की मार्क्स ऑरेलिस हा एक रोमन राजा होता. नुसता राजाच नव्हे, तर तत्त्वचिंतकही!

तत्त्ववेत्ते राजे झाल्याशिवाय जग सुखी होणे शक्य नाही, अशा अर्थाचे एका तत्त्ववेत्त्याचेच वचन मी ऐकले होते. मार्क्स ऑरेलिसच्या बाबतीत हे अद्भुत स्वप्न सत्यसृष्टीत उतरले होते, पण...

स्वप्ने ताऱ्यांसारखी असतात, हेच खरे! ती दूर अंतराळात असतात, तोपर्यंत त्यांची चमक आपले मन वेधून टाकते. तसे नसते, तर 'आपली प्रत्येक कृती ही या जगातली शेवटची कृती मान' असा विक्षिप्त उपदेश या तत्त्वज्ञ राजाने कशाला केला असता? आजचा दिवस हा आपल्या आयुष्यातला शेवटचा दिवस आहे, अशी एखाद्याची खात्री झाली, तर तो मनुष्य उरलेले आठ प्रहर धर्माचरणात घालवील, अशी हा उपदेश करणाऱ्या ऑरेलिसची समजूत असावी. पण तत्त्ववेत्ता असलेल्या या राजाला जगाचे खरे स्वरूप कळले होते, असे कोण म्हणेल? त्याच्यापेक्षा एक अमेरिकन नाटककारच याबाबतीत मला अधिक शहाणा वाटतो.

या नाटककाराने एका बँकेतल्या कारकुनाचे अशा प्रकारचे चित्र रंगविले आहे. आपले आयुष्य आता फक्त एक आठवडा उरले आहे, अशी त्या कारकुनाची काही कारणाने समजूत होते. हे भयंकर सत्य त्याला डॉक्टरांकडून कळते की, ज्योतिष्याकडून कळते, हे मला आठवत नाही. पण तशी त्याची खात्री मात्र होते. या जगात आपला मुक्काम आता फक्त सात दिवस होणार आहे, अशी खात्री होताच कारकून महाशय गडबडतात. पण लगेच तो सामान्य जीव आपल्या सर्व शक्ती एकवटून जीवनातल्या अंतिम युद्धाला सज्ज होतो. तो म्हणतो, एवीतेवी आपल्याला सात दिवसांनी हे जग सोडून जावे लागणार. मग या सात दिवसांत जगातल्या सुखांच्या सप्त सागरांवर स्वच्छंद सफरी का करू नयेत? मिळतील आणि मिळविता येतील, त्या सुखांचा मनसोक्त उपभोग का घेऊ नये? मरायचेच, तर अजीर्ण होऊन मरावे. उपाशी मरण्यात काय हशील आहे?

पण सुखाचा स्वच्छंद उपभोग घ्यायचा म्हटले, की हातात मुबलक पैसा हवा! सात दिवसांनी मरणाऱ्या मनुष्याने मागाहून होणाऱ्या बेअब्रूची पर्वा करू नये, असा हा कारकून पोक्त विचार करतो. बँकेतली बरीचशी रक्कम लंपास करून तो बेपत्ता होतो. सात दिवसांनी काय होईल, याची त्याला मुळीच काळजी नसते. सात दिवसांत जास्तीत जास्त सुख कसे लुटायचे, आपल्या अगणित अतृप्त इच्छा कशा पूर्ण करून घ्यायच्या, या फिकिरीत तो असतो. तो आपल्या बायकोला बरोबर घेऊन चैन करायला जातो असे मूळ नाटकात दाखविले आहे. पण मला वाटते, सात दिवसांनी नक्की मरणार, अशी खात्री असेल तर जगातले पुष्कळ पुरुष दुसऱ्याच्या

बायकोला बरोबर घेऊन जाण्याससुद्धा कमी करणार नाहीत.

सदरहू कारकून महाशय सात दिवसांनंतर जिवंत राहतात आणि उधळलेले पैसे परत करून बँकेतली नोकरी कशी टिकवायची, या विवंचनेत पडतात. नाटिकेतल्या त्या पुढच्या भागाशी आपल्याला काही कर्तव्य नाही. पण कारकुनाचे हे चित्र रंगविताना मार्कस ऑरेलिसपेक्षा या नाटककारानेच मनुष्यस्वभाव अधिक अचूक ओळखला होता, यात शंका नाही.

ऑरेलिसपेक्षा निराळा सुविचार सांगणारा एक संस्कृत पंडितही मला लहानपणी भेटला होता. त्याचा उपदेश असा होता :

'आपण अगदी अमर आहो, असे मानून शहाण्या मनुष्याने विद्या व पैसा या दोन्ही गोष्टी मिळवीत राहावे. मात्र धर्माचे आचरण करताना प्रत्येक वेळी मृत्यूने जणू काही आपले केस पकडले आहेत, अशा वृत्तीने वागावे.'

हा उपदेश विद्यार्थिदशेत मला फार आवडे. पण जसजसा मी मोठा होऊ लागलो तसतसा त्याचा फोलपणा माझ्या लक्षात आला. हा संस्कृत पंडित माणसाला उलट दिशांनी जाणाऱ्या दोन तारांवर कसरत करायला सांगत होता. संसार करणे आणि संन्यासी होणे हे एकाच वेळी कुणाला कसे साधणार? स्वत:ला अजरामर मानणारा माणूस मृत्यूविषयी बेफिकीर होईल, जगात बेछूटपणाने वागू लागेल. उलट मृत्यूच्या गूढ, भयानक छायेने ज्याचे हृदय झाकळून टाकले आहे, तो कुठलेही काम उत्साहाने करण्याला असमर्थ होईल.

मी तत्त्ववेत्ता नाही, पंडितही नाही; पण सामान्य माणसाचे तत्त्वज्ञान या दोन्ही उपदेशांपेक्षा अगदी निराळे असले पाहिजे, असे मला वाटते. प्रत्येक दिवशी उजाडल्याबरोबर हा माझा जगातला शेवटचा दिवस आहे, असे मानण्याऐवजी हा या जगातला माझा पहिला दिवस आहे, असे माणूस म्हणू लागला तर जीवनातले कितीतरी दु:ख कमी होईल. तसे पाहिले तर दररोज एक नवे सुंदर जग आपल्या भोवती निर्माण होत असते, पण आपण या जगाची दखल घेत नाही. कालपरवाची काळजीने भरलेली असंख्य जड गाठोडी पाठीवर घेऊन आपण भुईला नाक लावून चालत असतो. त्यामुळे साऱ्या सृष्टीवर सोने उधळीत येणाऱ्या नव्या सूर्याचे सौंदर्य आपल्या नजरेत भरत नाही. आजचा दिवस हा या जगातला माझा पहिला दिवस आहे, असे मनुष्याने मानले तरच उषेच्या गुलाबी स्मितात, निशेच्या मखमली बुरख्यात, तारकांच्या लपंडावात, ऋतूंच्या पाठशिवणीत बहरलेल्या फुलवेलीत, निष्पर्ण वृक्षात, आकाशाला भिडू पाहणाऱ्या उंच हवेतील, मातीशी गुजगोष्टी करणाऱ्या चुडतांच्या खोपटीत, समुद्राच्या ओहोटीत, महापूर आलेल्या नदीत, किंबहुना आपल्या सभोवती पसरलेल्या सर्व सृष्टीत केवढे सौंदर्य भरले आहे, याची

त्याला कल्पना येईल.

केवळ जडसृष्टीतच हे सौंदर्य आहे, असे नाही. आपल्या भोवतालच्या प्रत्येक लहान-मोठ्या व्यक्तीतही ते चमकत असते. पण जीर्ण जीवनाची झापडे डोळ्यांना लावून आपण प्रत्येक माणसाकडे पाहतो. पूर्वग्रहदूषित दृष्टीने त्यांचे सर्व व्यवहार आपण न्याहाळतो. त्यामुळे सामान्य माणसातले साधे काव्य आपल्या लेखी कोमेजून जाते.

पण आजचा दिवस हा आपल्या आयुष्यातला पहिला दिवस आहे, या जाणिवेने मनुष्य वागू लागला तर?... बसमध्ये खिडकीपाशी बसण्याचा हट्ट धरणाऱ्या मुलापासून तो हट्ट ओळखून त्याला जागा करून देणाऱ्या म्हाताऱ्यापर्यंत, बालकाच्या बोबड्या बोलापासून पंडितांच्या विद्वत्तापूर्ण प्रवचनापर्यंत, यौवनाच्या धुंदीत मस्तपणाने चालणाऱ्या रूपगर्वितेपासून जिच्या केसांचा कापूस झाला आहे आणि चेहऱ्यावर काळपुरुषाने आपल्या ट्रॅक्टरने नांगरट केली आहे अशा वृद्धेपर्यंत, सर्वत्र आपल्याला त्या सौंदर्याचे दर्शन होईल. प्रत्येक व्यक्तीत, त्या व्यक्तीच्या चालण्याबोलण्यात, तिच्या प्रत्येक उत्कट अनुभूतीत किती काव्य आहे, याची आपल्याला जाणीव होईल. क्षणोक्षणी होणाऱ्या जीवनाच्या काव्यात्मक जाणिवेपेक्षा जगात अधिक रसाळ असे कुठले सुख आहे? अधिक श्रेष्ठ असा कोणता आनंद आहे?

१९६०

♥

११

नवा कायदा

अवघी दोन ओळींची बातमी, पण ती वाचल्यापासून गेले चार दिवस मी बेचैन आहे. हैदराबाद संस्थानात रझाकारांचा जो धुमाकूळ चालला होता, त्याच्याशी या बातमीचा काही संबंध नाही, हे आधीच सांगून टाकलेले बरे! मन अस्वस्थ करून सोडणाऱ्या असल्या बातम्या चहा पिता पिता वाचायच्या आणि पेल्यातला शेवटचा घोट संपताच त्यांचा निरोप घ्यायचा, याची आम्हा सुशिक्षितांना चांगलीच सवय झाली आहे. आम्ही वृत्तपत्रातल्या रोमांचकारी वार्ता वाचतो, त्या घटकाभर करमणूक व्हावी, म्हणून. त्या बाबतीत आम्हाला काही करायचे असते, म्हणून नव्हे! चहाच्या पेल्यातली वादळे आम्हाला तिन्ही त्रिकाळ हवी असतात पण खरेखुरे वादळ आमच्याभोवती घोंगावू लागले तर? तर त्याच्याशी घटकाभरसुद्धा आम्ही टक्कर देऊ शकणार नाही?

त्या दोन ओळींच्या बातमीने माझ्या मनात असलेच एक वादळ उठविले. मुंबई सरकार लवकरच एक नवा कायदा करणार आहे, अशी माहिती होती त्या बातमीत. गेल्या दोन-तीन वर्षांत या सरकारने अनेक नवे कायदे केले आहेत. पण यापैकी एकानेही माझे मन:स्वास्थ्य इतके बिघडवून टाकले नव्हते. दारूबंदीचा आणि बायको-बंदीचा (म्हणजे एक बायको जिवंत असताना दुसरीला बंदी करण्याचा) कायदा पास झाल्यावर अनेक लोकांनी ओरड केली. या आरडाओरडीत काही साहित्यिक आणि कलावंतही सामील झाले. ज्याचे जळे त्याला कळे, या

न्यायाने त्यांच्या विरोधात अर्थ असू शकेल. नाही कुणी म्हणावे? पण हे दोन्ही कायदे पास झाले, तेव्हा मला प्रलयकाल ओढवल्याचा भास मुळीच झाला नाही. प्रीतीप्रमाणे नीतीचाही उगम माणसाच्या अंतरंगातून व्हायला हवा, अशी काहीतरी स्वत:शीच पुटपुट करण्यापलीकडे मी या कायद्याचा अधिक विचार कधीच केला नाही.

या दोन कायद्यांकडे मी स्थितप्रज्ञाच्या दृष्टीने पाहू शकलो. कारण ते अमलात आल्यामुळे माझी कोणतीच अडचण होण्याचा संभव नव्हता. माझ्या कथा-कादंबऱ्यातले एखादे पात्र क्वचित मद्याचा आस्वाद घेत असले, तरी 'ब्रँडीच्या बाटली'तल्या त्रिंबकरावापेक्षा काही मला दारूची अधिक माहिती नाही. 'तुमचे हे पात्र कोणत्या प्रकारची दारू पिते?' असा जर एखाद्या तज्ज्ञ टीकाकाराने मला प्रश्न केला, तर त्याचे समाधान मला करता येणार नाही. कोकणातल्या खेड्यात रस्त्याच्या कडेलाच माडीची छपरे असत. तरीसुद्धा तिचे मला बरोबर वर्णन करून सांगता येणार नाही. माझे मद्यज्ञान ती दुकाने दुरून पाहण्यापलीकडे गेले नसल्यामुळे, दारूबंदीचे सोयरसुतक मला वाटू नये, हे स्वाभाविकच होते.

जी स्थिती दारूची, तीच बायकोची! आपले लग्न कसे झाले याचा उलगडा ज्यांना उभ्या जन्मात होत नाही, अशा बावळट प्राण्यांपैकीच मी एक आहे. असले शेंदाड शिपाई दुसऱ्या लग्नाच्या फंदात कशाला पडतील? शिवाय 'दोन बायकांचा दादला' ही इसापनीतीतील गोष्ट माझी फार आवडती आहे. म्हातारीने काळे आणि तरणीने पांढरे केस उपटल्यामुळे टक्कल पडलेल्या आणि हुळहुळणाऱ्या डोक्यावरून हात फिरवणाऱ्या इसापच्या त्या बिचाऱ्या नवऱ्याचे चित्र मला नेहमीच हास्यास्पद वाटत आले आहे. त्यामुळेच की काय, एक बायको असताना दुसरी करणे ही महाभयंकर गोष्ट आहे, असे बाळपणापासून माझे ठाम मत झाले आहे.

काँग्रेस सरकारच्या द्विभार्या-प्रतिबंधक कायद्यामुळे अनेक शूर पुरुष सरकारवर रुष्ट झाले. त्यातले एक सद्‌गृहस्थ सोलापूरजवळच्या एका खेड्यातले पाटील आहेत. परवा हैदराबाद प्रकरणी खेरांनी सरहद्दीवरच्या गावांना भेट दिली. तेव्हा हे पाटीलबुवा त्यांना भेटून म्हणाले,

"काँग्रेस सरकार येरवी कितीबी चांगलं असलं, तरी त्यानं एक लई वंगाळ काम केलंया, साहेब."

पाटीलबुवांचा हा आरोप ऐकून खेर चकित झाले. ते उद्‌गारते झाले,

"ते कोणते रे बाबा?"

पाटलाने शांतपणाने उत्तर दिले.

"माझ्या सात बायका हायेत, साहेब! पन मला आनखी एक लगीन करायचं व्हतं. तुम्ही तर असल्या लग्नाला बंदी घातलीया. मोठा जुलूम होतोय हा साहेब

आमच्यावर.''

सात बायकांबरोबर सुखाने संसार करून आठवी करण्याची हिंमत बाळगणाऱ्या या पाटलाच्या बहादुरीवर मी प्रसंगी एखादा पोवाडाही रचीन! पण माझी प्रकृती त्याच्याहून फार भिन्न असल्यामुळे लग्नबंदीच्या कायद्याला विरोध करण्याची इच्छा मला स्वप्नातसुद्धा होणार नाही.

असे असून आताच एका कायद्याच्या बातमीने मी अस्वस्थ झालो आहे. राहून राहून मी स्वत:शीच म्हणत आहे,

'साप्ताहिक आणि मासिक भविष्ये छापण्याचे जे असंख्य देशी कारखाने आपल्याकडे सध्या चालू आहेत, त्यांना बंदी करण्याची सरकारची ही कल्पना मानसशास्त्र आणि समाजशास्त्र यांच्या तत्त्वांशी सुसंगत आहे काय? या कायद्याने माझ्यासारख्या सामान्य माणसांचे दु:ख वाढेल की कमी होईल?'

मी कुठल्याही मासिकाचा किंवा साप्ताहिकाचा संपादक नाही. तेव्हा भविष्यकथनाच्या या संकल्पित बंदीकडे मी धंदेवाईक दृष्टीने पाहत नाही, हे सांगायला नकोच. माझे मालवणचे मित्र म्हापणकर यांच्या धंद्यावर सरकार कुऱ्हाड चालवीत आहे, म्हणून मित्रप्रेमाने मी या कायद्याविरुद्ध तक्रार करीत आहे, असेही नाही. म्हापणकरांचे भविष्य नसलेला 'धनुर्धारी' म्हणजे हॅम्लेटचे पात्र नसलेले 'हॅम्लेट' नाटक होय, हे खरे आहे! पण भविष्य छापण्याची मुंबई प्रांतात बंदी घातल्यामुळे म्हापणकरांचे फारसे नुकसान होणार नाही. इतर प्रांतिक भाषांत त्यांच्या भविष्याची भाषांतरे होत राहतीलच. शिवाय सरकारने भविष्यबंदीचा कायदा करायचे ठरविले असले, तरी कायदेमंडळात तो पास होणे कठीण आहे. कारण या मंडळातच म्हापणकरांची अनेक गिऱ्हाइके असतील! त्यामुळे खुद्द वसंतराव ही बातमी वाचून मुळीच गडबडले नसतील, पण मला मात्र तिने बैचेन करून सोडले आहे. आनंदाचा एक हुकमी साप्ताहिक झरा आता आटणार, या कल्पनेने मी अस्वस्थ होऊन गेलो आहे.

फलज्योतिष हे विश्वसनीय शास्त्र नसले, तरी सरकारने भविष्यबंदीचा हा कायदा मंजूर करू नये, असे मला वाटते. व्यासपीठावरून किंवा लेखनातून भविष्यकथनाची सर्व लोक थट्टा करतात. मीही काही या नियमाला अपवाद नाही. पण माझ्या लिहिण्या-बोलण्यावरून मी नियतकालिकातल्या कुठल्याही भविष्याकडे ढुंकूनसुद्धा पाहत नाही, असा कुणी ग्रह करून घेतला असेल तर त्याला मनुष्यस्वभावाचे मुळीच ज्ञान नाही, असे मी म्हणेन. केवळ वेळ घालविण्याकरिता म्हणून का होईना, माझ्या राशीचे प्रत्येक पत्रातले प्रत्येक आठवड्याचे भविष्य वाचल्याशिवाय मला चैन पडत नाही. त्या विविध भविष्यातल्या पाच-दहा अनुकूल ओळींतून निर्माण होणाऱ्या अनेक सुखस्वप्नांत मी थोडा वेळ गुंग होऊन जातो. सारी दैनंदिन दु:खे विसरतो.

माझ्यासारख्या दुबळ्या मनुष्यालाच हा मोह पडतो, असे नाही. आचार्य अत्र्यांची गोष्ट घ्या. ते मोठे मिस्कील, बेडर आणि प्रत्येक वेडाची हुर्यो करण्यात पटाईत आहेत. 'साष्टांग नमस्कारा'त सिद्धेश्वराचे पात्र घालून फलज्योतिषाची किती मजेदार टवाळी केली आहे त्यांनी! त्या नाटकात 'ष्टार्स'ची त्यांनी उडविलेली भंबेरी पाहून ग्रहांच्या सामर्थ्यावर त्यांचा काडीइतकासुद्धा विश्वास नसावा, अशी माझी कल्पना झाली होती. पण पुढे एका अपघाताच्या वेळी माझी ही कल्पना किती चुकीची आहे, हे मला कळून चुकले... दहा वर्षे झाली त्या गोष्टीला! गगनबावड्याहून मोटारीतून बाबुराव पेंढारकर, अत्रे व मी परत येत होतो. मे महिन्यातले दिवस. रस्त्यावर माती पसरण्याचे काम सुरू होते. त्या मातीवर नुकताच पाऊस पडून गेला होता. त्यामुळे आमच्या ड्रायव्हरने आपल्या कौशल्याची शिकस्त केली, तरी निसरड्या झालेल्या रस्त्यावरून गाडी घसरली. ती खाली गेली. अर्धवट उलटली. सुदैवाने कुणाला काही इजा झाली नाही. शेतातल्या काळ्या मातीत रुतून बसलेली गाडी बाहेर ओढून काढायला आसपासच्या मंडळींची मदत मिळविणे आवश्यक होते. त्या कामगिरीवर ड्रायव्हर गेला. मधला वेळ कसा घालवायचा, या विवंचनेत आम्ही शतपावली करू लागलो. तेव्हा अत्रे एकदम म्हणाले,

''आपण मैलाच्या दगडापर्यंत चालत जाऊ या. आज अपघातातून आपण बचावलो. तेव्हा आपण तेराव्या मैलापाशी आहो, हे उघड आहे! तेरा हा माझा शुभ आकडा आहे.''

आम्ही कोल्हापूरच्या दिशेने चालू लागलो. रस्त्याच्या कडेला आम्हाला जो पहिला दगड भेटला, त्याच्यावर कोणता आकडा होता, हे जर आता मी सांगितले नाही तर ओ हेन्रीच्या लघुकथेचे तंत्र मला मुळीच समजलेले नाही, असे लोक म्हणतील. म्हणून त्याचा उल्लेख करतो. पहिल्याच फर्लांगाच्या दगडापाशी आम्ही थांबलो. मोठ्या आदराने आणि उत्सुकतेने त्या दगडाकडे आम्ही पाहू लागलो. या दगडावरून कोल्हापूर अकरा मैल आणि सहा किंवा सात फर्लांग लांब आहे, असे दिसत होते. तो आकडा पाहून अत्रे हर्षित होत उद्गारले,

''पाहा! मी म्हणत नव्हतो? तेराच्या जवळपासचाच आकडा आहे हा!''

अत्र्यांचीच गोष्ट कशाला हवी? साऱ्या जगात संयमी, वैराग्यशील आणि प्रयत्नवादी म्हणून गाजलेले आपले गांधीजी! शनि आणि मंगळ सेवाग्रामला भेट द्यायला आले असते, तर त्यांनासुद्धा गांधींनी चरख्यावर सूत काढायला लावले असते, असे वाटते, पण वस्तुस्थिती तशी नाही.

'चले जाव'च्या चळवळीनंतर गांधीजींना तुरुंगात डांबून टाकण्यात आले. तिथे त्यांनी उपवास सुरू केला. त्यांची प्रकृती अगदी क्षीण झाली. हे पाहून कुणीतरी म्हणाले,

''उपास करून तुम्ही तुरुंगात मेला, तर ब्रिटिश सरकारला तेच हवे आहे.''

त्याबरोबर महात्माजी उद्गारले,

''माझ्या पत्रिकेत काय आहे, हे तुम्हाला ठाऊक आहे ना? तुरुंगात मरण्याकरिता जन्माला आलेला प्राणी नाही मी! एका बड्या ज्योतिषाने माझी पत्रिका पाहून असं चक्क भविष्य वर्तविलंय, की मी फासावर लटकेन, नाहीतर गोळीबाराला बळी तरी पडेन. याशिवाय दुसऱ्या मार्गानं मला मरण येणं शक्य नाही.''

त्या ज्योतिष्याचे हे भविष्य दुर्दैवाने पुढे खरे ठरले. या योगायोगाचा उपयोग करून गांधीजींना गुरुस्थानी मानणाऱ्या सध्याच्या सरकारने भविष्यबंदीचा कायदा करू नये, असे मी म्हणणार नाही. पण हा कायदा अमलात आला, की माझे आयुष्य अधिक नीरस होईल, अशी मला साधार भीती वाटते. भविष्यकथन खरे असो वा खोटे असो, ते आपल्याला एका स्वप्नसृष्टीत घेऊन जाते, यात मुळीच शंका नाही. सकाळपासून संध्याकाळपर्यंत पोटाकरिता कष्ट करणाऱ्या आणि रोजरोज बायकापोरांच्या त्याच त्याच मागण्यांनी गांजून गेलेल्या माणसाच्या मनाला आठवड्याचे भविष्य केवढा विरंगुळा देते. माझाच अनुभव पाहा. 'या आठवड्यात पैशांची आवक समाधानकारक आहे,' असे जेव्हा मी साप्ताहिक भविष्य वाचतो, तेव्हा माझ्या अनेक आशा पालवू लागतात. लोकरीचा एक नवा कोट करावा, असे मी फार दिवस म्हणत आहे. या भविष्याने त्या सुप्त इच्छेला गुदगुल्या होतात. कोटाच्या त्या कापडाचा फिकट निळा रंगसुद्धा माझ्या डोळ्यांपुढे तरळू लागतो. त्याचा मऊ उबदार स्पर्श माझ्या हातांना जाणवतो. शर्यतीला जाण्याची किंवा जुगार खेळण्याची सवय नसल्यामुळे, या आठवड्यात आपल्याला एखादे घबाड मिळेल, अशी वेडी आशा मी करीत नाही. पण 'या आठवड्यात पैशाची जोरदार आवक आहे' असे वाचले, की ज्यांना उसने पैसे देऊन फार दिवस झाले आहेत, अशा माझ्या मित्रांच्या मानगुट्यांवर बसून माझे उच्चीचे ग्रह या सात दिवसांत वसुलीचे काम फत्ते करणार आहेत, असे मनात येऊन मला बरे वाटते. मनिऑर्डरी व इन्शुअर्ड रजिस्टरे घेऊन येणाऱ्या पोस्टाच्या शिपायाच्या वाटेकडे तर मी डोळे लावून बसतो. तुम्हीच सांगा, आठवडाभर असा उत्सुकतेचा आनंद मिळविणे ही सध्याच्या रूक्ष जीवनक्रमात काय लहानसहान गोष्ट आहे? एखाद्या वस्तूच्या प्राप्तीपेक्षा तिच्या अपेक्षेतच अधिक आनंद असतो, असे कविकुलगुरूने म्हटले आहे, ते काय उगीच?

'आहे बुवा! पुरुषस्य भाग्यम्! या आठवड्यात स्त्रीसुखाला काही कमतरता नाही.' अशा अर्थाचे वाक्य एखाद्या रविवारच्या भविष्यात वाचले, की समाधानाचा सुस्कारा सोडतो. स्त्रीसुख हा समास कसा सोडवायचा, यासंबंधी भविष्य लिहिणाऱ्या भास्कराचार्यांचा आणि माझा मतभेद असला, तरी त्यांच्या या वाक्याने मला मूठभर

मांस चढते. 'स्त्री-सुख' याचा अर्थ बायकोपासून नवऱ्याला लाभणाऱ्या सुखापेक्षा बायकोच्या प्रपंचाच्या रामरगाड्यात मिळणारे सुख असाच मी करतो. या भविष्याचा मी एवढाच फायदा मानतो, की आतेसासूच्या मावसबहिणीची म्हैस मेल्याचे निमित्त सांगून आमची मोलकरीण निदान या आठवड्यात तरी गैरहजर राहणार नाही. सुभद्रेच्या नादात दुधात लिंबू पिळणाऱ्या अर्जुनाचे अनुकरण आमचे बल्लवाचार्य या सात दिवसांत तरी करणार नाहीत... आणखी असेच अंगवळणी पडलेले शेकडो सांसारिक अपघात या स्त्रीसुखाच्या आठवड्यात तरी आपल्या घरी घडणार नाहीत.

अनुकूल भविष्यापासून लाभणारा असला आनंद हे क्षणभंगुर स्वप्नरंजन आहे, हे मी नाकबूल करीत नाही. पण स्वप्नरंजनाच्या मागे मनुष्य केव्हा लागतो? सत्य सृष्टीतल्या सुखाला तो पारखा होतो, तेव्हाच ना? आपल्या देशात जन्मभर रूक्ष जीवन कंठणारी जी कोट्यवधी माणसे आहेत, ती भविष्यापासून मिळणाऱ्या क्षणिक आनंदाच्या मागे काही उगीच लागत नाहीत! भावनांचा फुलोरा फुलावा, असे त्यांच्या आयुष्यात कधीच काही घडत नाही. तोच तो ठरलेल्या चाकोरीतून जाणारा नीरस जीवन-क्रम! विठ्ठलराव घाट्यांनी 'कारकून' या शब्दचित्रात त्याचे मोठ्या सहानुभूतीने चित्रण केले आहे. त्यांचा तो कारकून निदान एकटा जीव तरी होता. पण दहा फूट लांब आणि आठ फूट रुंद खोलीत संसार करणाऱ्या दुसऱ्या एखाद्या कारकुनाला आपल्या बायकोने नटावे, थटावे; आपण तिला घेऊन चांदण्यात फिरायला जावे, अशी इच्छा काय होतच नसेल? पण ती तृप्त होण्याची संधी त्याच्या तीस वर्षांच्या नोकरीत आणि तीन वर्षांच्या पेन्शनीत मिळते कुठे? साहजिकच त्याला दुधाची तहान ताकावर भागवावी लागते. साप्ताहिक भविष्याच्या ताकाइतके स्वस्त पेय त्या बिचाऱ्याला दुसरे कुठले मिळणार?

भविष्यबंदीचा कायदा झाला, तर चारी बाजूंनी नीरस झालेले या माणसाचे जीवन अधिक भकास होईल. जीवितात भव्य, रम्य, उत्कट किंवा उदात्त असे काहीतरी असू शकते, याचा ज्यांना कधीच अनुभव येत नाही, त्यांना साप्ताहिक भविष्ये या आपल्या आयुष्यातल्या फार महत्त्वाच्या गोष्टी वाटाव्यात, यात नवल कसले?

लोकांनी व्यसनमुक्त व्हावे, प्रयत्नवादी बनावे, वगैरे वगैरे सरकारच्या सर्व सदिच्छा मला समजतात. पण केवळ कुठल्याही सदिच्छेने मानवी जीवनात क्रांती घडून येत नाही. सर्वसामान्य मनुष्याच्या जीवनातला सध्याचा यांत्रिकपणा नाहीसा झाला, त्याची सुप्त आत्मशक्ती फुलवू शकणारी परिस्थिती त्याला लाभली, तर सरकारला असे कायदे करण्याचा प्रसंगच येणार नाही. पण आजच्या स्थितीत असले कायदे करणे म्हणजे सामाजिक ढोंगाला प्रोत्साहन देण्यासारखेच आहे.

दारूबंदीचा कायदा पूर्णपणे अमलात येण्याच्या आधीच अनेक ठिकाणी गुप्त भट्ट्या जोराने चालू झाल्याचे आपण ऐकतो. भविष्यबंदीचा कायदा उद्या अमलात आला, तर त्याची प्रतिक्रिया काय यापेक्षा निराळी होणार आहे? ज्योतिषी आणि संपादक संगनमत करून लोकांना भविष्य सांगण्याच्या निरनिराळ्या युक्त्या हां हां म्हणता काढतील. साप्ताहिक भविष्य सांगण्याकरिता कुणी लघुकथा लिहितील! युद्धकाळात सांकेतिक लिपी वापरतात, तशी काही क्लृप्ती काढून कुणी सरकारवर मात करतील आणि मग असले सर्व गुन्हे शोधून काढण्यासाठी सरकारला एक नवे खातेच निर्माण करावे लागेल.

मात्र सरकारने हा नवा कायदा अमलात आणलाच, तर त्याच्यातून आपली सुटका कशी करून घ्यावी, ही युक्ती मला नुकतीच सुचली आहे. हा कायदा होताच भविष्ये छापणाऱ्या साप्ताहिकांची व मासिकांची पुष्कळशी रद्दी मी खरेदी करून ठेवणार आहे. दर आठवड्याच्या आरंभी या रद्दीतले कुठलेही चार-दोन अंक काढून, त्यातले आपल्या राशीचे भविष्य वाचले, की माझ्या मनाला हवा असलेला कैफ चढायला काही अडचण येणार नाही! यावर कुणी म्हणेल,

'माणसाला या जुन्या भविष्यांचा काय उपयोग आहे?'

मी त्याला एवढेच उत्तर देईन,

'दारू जितकी अधिक जुनी तितकी अधिक चांगली, असं म्हणतात. भविष्य हे दारूसारखं असतं हे काय सांगायला हवे! ते तसे नसते, तर दारूबंदीच्या पाठोपाठ भविष्यबंदीचा कायदा करण्याचा खटाटोप सरकारनं तरी कशाला केला असता?'

१९४८

♥

१२

व्युत्पत्ती

एक कविता करीत होतो मी!

हे वाचून तुम्हाला हसू येईल. तुम्ही म्हणाल,

'कविता कधी करून होते का? वेलीवर जसे फूल उमलते, तशी ती कवीच्या मनात निर्माण होते.'

हे सारे मीसुद्धा पुस्तकात वाचले आहे. तुमच्याइतकेच ते मला पाठ आहे. 'कवी घडविता येत नाहीत; ते जन्मालाच यावे लागतात!' काय सुंदर वाक्य आहे म्हणता! पण खरे सांगू? पुस्तकांचे जग निराळे आहे. लहान मुलांच्या जगासारखे आहे ते! पुस्तकातल्या पुष्कळ गोष्टी खऱ्या असतात, पण त्या पुस्तकापुरत्याच! मग ते पुस्तक तत्त्वज्ञानाचे असो, नाहीतर काव्याचे असो. प्रत्यक्ष व्यवहार हा पुस्तकांपेक्षा फार निराळा असतो. इतर उदाहरणे कशाला हवीत? अगदी गेला बाजार धरून प्रेमावर जगात किती कथा आणि कविता झाल्या आहेत, याचा एखादा आकडेशास्त्रज्ञ हिशेब करू लागला, तर तो पुरा होण्यापूर्वीच त्याचे आयुष्य खलास होईल. पण हे प्रेमवाङ्मय थोडेसे वाचून त्या गोड, नाजूक, स्वर्गीय भावनेविषयी आपली जी कल्पना होते, तिचा व्यवहारात कुणी, कितीसा अनुभव घेतला आहे? पतीच्या मृत्यूनंतर सती जाणाऱ्या स्त्रीचे त्याच्यावर विलक्षण प्रेम असले पाहिजे, हे उघड आहे. पण असे दांपत्य चित्रगुप्तासमोर उभे राहिल्यानंतर राहून राहून यमराजाच्या त्या अव्वल कारकुनाला एकच प्रश्न सतावीत असला पाहिजे,

'ही दोघे मृत्युलोकी दररोज भांडत का होती?'

याचा अर्थ एवढाच, की कविता हे बहुधा वेलीवर उमललेले फूल नसते, ते चिकटविलेले फूल असते.

मी जी कविता करीत होतो, ती मी कशी लिहिली, हे सांगण्याचा जाहीर प्रसंग आला तर अर्थातच ती अतिशय अद्भुत रीतीने स्फुरली, असेच मी सांगेन. मला जन्मठेपीची शिक्षा झाल्यावर किंवा देशभक्त म्हणून मी फाशी जात असताना ती मला सुचली, असे एखाद्या सभेत सांगता आले तर फार मौज होईल; पण ते शक्य दिसत नाही. हरणे, मासे आणि सज्जन माणसे यांना या जगात शत्रू फार असतात, हे एक मोठा कवीच पूर्वी सांगून गेला आहे. तेव्हा सध्याच्या काळी अद्भुत बोलायचे, तेसुद्धा जरा जपूनच बोलले पाहिजे.

मात्र एके दिवशी रात्री झोपेतच ही कविता मला सुचली, असे सांगायला काहीच हरकत नाही! हो, तिखटमीठ लावल्याशिवाय का पदार्थ खमंग होतो? शिवाय या तिखटमिठाला दोन चव्वलसुद्धा खर्च होत नाहीत.

बस्स! ठरले. या कवितेचा इतिहास लोकांना असा सांगायचा...

सुंदर सकाळ! फक्कड चहा!

रात्रभर आपल्याला झोप आली नाही, म्हणून बायको माझ्याकडे तक्रार करते.

''घरात ढेकूण फार झाले असतील!'' असे हसत हसत मी म्हणतो.

ती रागारागाने उद्गारते,

''रात्री ढाराढूर झोपला होता तुम्ही! आणि असे घोरत होता... बिचारा कुंभकर्ण घोरत तरी नसेल!''

मी उत्तर देतो,

''फुकट एवढ्या मोठ्या कवीची बायको तू झालीस! अगं वेडे, रात्री मी घोरत नव्हतो. झोपेत मला एक कविता सुचत होती. तिच्या ओळी मी गुणगुणत होतो. ऐक ती कविता.''

असे म्हणून सौभद्राच्या पहिल्या अंकातली पदे म्हणणाऱ्या अर्जुनाच्या थाटात मी तिला प्रस्तुत कविता म्हणून दाखवतो.

सगळेच मुसळ केरात! मी ज्या कवितेविषयी हे सारे सांगत आहे आणि नाना प्रकारची मनोराज्ये करीत आहे, ती पुरी कोठे झाली आहे? फक्त एका शब्दासाठी अडली होती ती. 'शेते' या अर्थाचा दुसरा शब्द हवा होता मला. 'शेते' काही शेवटच्या ओळीत नीट बसत नव्हता. माझ्या मनात आले, ही वृत्ते शोधून काढणाऱ्याला आधी फाशी द्यायला हवे. गद्यापेक्षा काव्यात या सोवळ्याओवळ्याच्या भानगडी फार! मृत्युशय्येवर पडलेल्या माणसाला एखादी मात्रा कमी झाली की,

जास्त झाली, याची वैद्य कधी काळजी करणार नाही, पण ज्या कवितेची किंमत उधार पाच रुपयांपेक्षा अधिक नसते, तिच्यात एक मात्रा काही कमी-जास्ती होऊन चालत नाही! लग्न ठरविताना वधूवर अनुरूप नसले, तरी कुणी कुरकुर करीत नाही; पण कवितेतले एखादे यमक नीट जमले नसेल, तर टीकाकार केवढी कावकाव करतात.

'शेते' या शब्दाऐवजी कवितेत कुठला शब्द वापरावा, याचा डोके खाजवून मी खूप विचार केला. केसातला सगळा खरबा बाहेर पडला, तेव्हा कुठे मला 'कुरणे' हा शब्द सुचला. कसा अगदी फिट्ट बसत होता! वा रे वा! याला म्हणतात प्रतिभा!

शेते आणि कुरणे अगदी जवळ असतात. असे असून इतका वेळ हा शब्द आपल्याला कसा सुचला नाही, याचे मला आश्चर्य वाटू लागले. 'कुरणे' शब्द घालून कवितेची ओळ मी पुन:पुन्हा म्हणून पाहिली. मोठी गोड लागली ती मला!

कविता तयार झाली, या आनंदात मी बायकोकडे चहा मागायला धावत जाणार होतो, इतक्यात...

'अतिस्नेह: पापशंकी' असे कालिदासाने म्हटले आहे, तेच खरे! स्वत:च्या कवितेविषयी वाटणाऱ्या आपुलकीने मी 'कुरणे' शब्दाचा अधिक विचार करू लागलो. शंका हे विचाराचे औरस अपत्य आहे, हे तर जगजाहीरच आहे. माझ्या मनात आले, 'कुरणे' म्हणजे 'शेते' असा अर्थ होऊ शकेल का?

माझी काव्यगाडी पुन्हा अडली.

माझा अर्जुन म्हणा, नाहीतर हॅम्लेट म्हणा, कुणीतरी झाला खरा! एक मन म्हणे, असा अर्थ न व्हायला काय झाले? दुसरे म्हणे, छे! हा अर्थ गृहीत धरला, तर उद्या पेरू म्हणजे केळ आणि चकली म्हणजे कडबोळे, असे अर्थसुद्धा मान्य करावे लागतील. हे अर्थ म्हणायचे, की अनर्थ?

शेवटी कोशाला शरण जायचे मी ठरविले. घाईघाईने मी कुरण शब्द काढला. त्याचा अर्थ वाचता वाचता माझे डोळे पांढरे झाले. कोशात चक्क छापले होते, 'कुरण = गवतासाठी राखलेली जमीन!' कवितेतल्या शेतात तर मी सोने पिकविले होते! आता काय करायचे कुणी? कुरण शब्दाची व्युत्पत्ती पाहावी, निदान तिच्यातून अनुकूल असे काहीतरी निघेल, अशी आशा मनात निर्माण झाली. मी मोठ्या उत्सुकतेने ती व्युत्पत्ती पाहिली. अरे बाप रे! ती तर फारच भयंकर होती! कु+अरण्य! कु आणि अरण्य हे कुरणाचे आईबाप! गवत असलेले शेत गेले आणि त्याच्या जागी भिकार रान आले!

आता कुरण शब्द कवितेत घालणे म्हणजे अरण्यरुदन करण्यासारखेच होते. ज्या शेतांचे वर्णन करायचे होते, ती सस्यश्यामल होती. त्यांचा अरण्याशी संबंध

जोडणे हे अरण्यपंडितालाच शोभले असते.

नालापायी घोडा, घोड्यापायी स्वार आणि स्वारापायी राज्य गेले ना, तशी माझी स्थिती झाली. एका शब्दासाठी माझी ती कविता अर्धवट राहिली. मंगळ असलेल्या मुलीचे लग्न जमू नये, तशी बापडीची स्थिती झाली!

कुरणाच्या या विचित्र व्युत्पत्तीमुळे माझे कुतूहल जागे झाले. मी कोश घेऊन दिसेल त्या शब्दाची व्युत्पत्ती शोधू लागलो. 'जिव्हाळी' या शब्दाला नखाच्या खालची नाजूक जागा, एवढाच अर्थ मला ठाऊक होता. जीव, जिव्हाळा वगैरे मंडळींशी या शब्दाचे जवळचे नाते असावे, अशी माझी कल्पना होती. पण कोशात त्या शब्दाचा अर्थ मी पाहिला मात्र! माझ्या हातातून तो ग्रंथराज धाडकन खाली पडला. नखाच्या किंवा शिंगाच्या खालची जागा, असा अर्थ तिथे चक्क दिला होता! पडलेल्या पुस्तकाच्या आवाजाने मी माझ्या तंद्रीतून जागा झालो, तेव्हा कुठे शिंगांचा संबंध आपल्याशी नसावा, हे माझ्या लक्षात आले.

कोशाचा दुसरा एक विभाग उचलला. हाताला येईल ते पान उघडले. 'टंचाई' हा शब्द दिसला. त्याच्या अर्थाविषयी प्रश्न नव्हता, कारण या ना त्या रूपाने त्याचे दररोज दर्शन घडतच होते. पण त्याची व्युत्पत्ती काही नीट लक्षात येईना. मधे दहा वर्षे अन्नाची टंचाई अनुभवल्यामुळे या शब्दाविषयीचे कुतूहल शिल्लक होतेच. मी त्याची व्युत्पत्ती पाहू लागलो. कोशकार म्हणाले, 'तंगचाई' हा शब्द पाहा. मी तो पाहू लागलो. त्याच्यापासून बनलेले निरनिराळे शब्द आणि त्यांचे अर्थ बघत खाली गेलो तो थेट तमाशातच! पुढील दोन ओळी हसतमुखाने माझे स्वागत करीत उभ्या होत्या. तिथे : 'उरी दोन्ही गेंद गुलाबी संगीत. वर कंचुकी ल्याली तंगतंगीत.' रेशनच्या काळातील टंचाईची मीमांसा मी करीत होतो. सुंदर आणि सकस अन्न दुर्मीळ झालेल्या त्या काळाचा तंगतंगीत कंचुकीशी काय संबंध होता?

मी कोशाचे सर्व भाग एकावर एक रचून ठेवले. त्या पिराला साष्टांग नमस्कार घातला आणि पुन्हा कुठल्याही शब्दाची व्युत्पत्ती शोधायची नाही, असा कानाला खडा लावून घेतला. नदीचे मूळ आणि ऋषीचे कूळ शोधू नये, असे आपले पूर्वज सांगत आलेच आहेत. मी म्हणेन, शब्दांचेही मूळ शोधू नये. त्यातून भलत्या भानगडी निघण्याचा संभव फार!

कुठल्याही गोष्टीचे मूळ शोधणे हे विद्वत्तेचे लक्षण असेल, पण ते सुखाचे लक्षण नाही. मूळ शोधायच्या उद्योगात वरचे हिरवेगार झाड, त्याच्यावरची सुंदर फुले आणि रसाळ फळे हे सारे जर नाहीसे होणार असेल, तर त्या मुळाचा तरी

काय उपयोग आहे? गेल्या पन्नास वर्षांत शिक्षणशास्त्र, मानसशास्त्र वगैरे शास्त्रे आपण पुष्कळ पढलो, पण आपले शिक्षण सुधारले का? आपली मने निर्मळ झाली का? मानसशास्त्राचे दोन प्राध्यापक तरी एकमेकांची खरीखुरी मने जाणतात का? अंतर्मनाचा पत्ता लागल्यामुळे नवराबायको किंवा सास्वासुना परस्परांशी वागताना शहाणपणा दाखवीत आहेत काय?

एवढी मोठी उदाहरणे तरी कशाला हवीत? माझ्या त्या अपुऱ्या राहिलेल्या कवितेचीच गोष्ट घ्या ना! 'कुरणे' शब्द कसा 'फिट्ट' बसत होता त्या ओळीत! कोश पाहण्याची कुबुद्धी मला झाली नसती, तर ती कविता एव्हाना कुठेही छापून आली असती. चार विद्वानांकडून कदाचित तिचे कौतुकही झाले असते.

तुम्ही विचाराल,

'कुरणे हा शब्द दडपून वापरला असूनसुद्धा तिचं कौतुक झालं असतं?'

न व्हायला काय झाले? जग कुठेही फारसे खोलात शिरत नाही, म्हणूनच ते चालले आहे. नाहीतर माझ्या कवितेप्रमाणे पावलापावलाला अडून बसले असते ते!

१९५४

♥

१३

कल्पना

आपल्याला कुणीतरी हाक मारीत आहे, हे माझ्या लक्षात यायला बराच वेळ लागला. तंद्रीतच मी रस्त्याने चाललो होतो म्हणानात! एखाद्या स्वप्नातून दचकून जागे व्हावे, तशी माझी स्थिती झाली. मी झटकन थांबलो. मागे वळून पाहिले.

हरणाचा पाठलाग करणाऱ्या शिकारी कुत्र्याप्रमाणे चिंतोपंत माझ्या रोखाने येत होते.

जवळ येताच पाठीवर एक सणसणीत थाप मारून ते म्हणाले,

'हल्ली वर्तमानपत्रांत वाचकांच्या तक्रारींचं एक सदर सुरू झालं आहे ना? त्यात आपल्या नगरपालिकेला एक गोष्ट सुचविणार आहे मी!'

चिंतोपंतांनी एखाद्या नवीन कल्पनेचे पिल्लू बाहेर काढले, की मला बुद्धिबळातल्या उंटाची आठवण होते. त्याची चाल जशी तिरकस, तशी चिंतोपंतांची कल्पकताही विचित्र! मी हसत त्यांच्याकडे पाहिले. ते गंभीरपणाने सांगू लागले... सांगू लागले कसले?... व्याख्यानच देऊ लागले,

"वाहनं रस्त्याच्या डाव्या बाजूनं हाकण्याचा नियम आहे ना? तसा दुसरा एक नियम व्हायला हवा.''

मी मधेच म्हटले,

"कवी आणि लेखक यांना उजव्या बाजूनं हाकावं!''

'अहं! रहदारीच्या रस्त्यानं जाण्याची त्यांच्यावर बंदी असावी. त्यांच्यामुळे अपघात वाढण्याचा संभव आहे.

इकडं समोरून मोटार वेगानं येत असावी आणि तिकडं कविमहाराज कल्पनेतल्या मीनाक्षीला, नाहीतर मृगाक्षीला आळविण्यात गुंग व्हावेत..."

मी ओरडलो,

"अहो, कवितेचा आणि माझा घटस्फोट होऊन दहा-बारा वर्षं झाली."

"कविता नसली, तर कादंबरी घोळत असेल डोक्यात! लिहायच्या कादंबरीचं चिंतन चाललं नसेल, तर वाचीत असलेल्या कादंबरीचं चाललं असेल. तुमच्या खाकेतलं लठ्ठ पुस्तक पाहा ना? कुठली तरी स्वस्त कादंबरी दिसतेय. या जगात लठ्ठपणाचे तोटे माणसांना भोगावे लागतात, पण त्याचे फायदे मात्र पुस्तकांना मिळतात."

आता स्वारी कवीवरून रशियावर घसरणार, हे उघड होते. मी झटकन खाकेतले पुस्तक चिंतोपंतांच्या हातात देत म्हटले,

"नीट पाहा पंत हे. ही रेल्वे-गाइडची नवी आवृत्ती आहे."

"कुठं परगावी जाणार आहात?"

"छे!"

"मग वहिनी जायच्या असतील माहेरी."

"माहेर ही संस्था आता फार जुनीपुराणी झाली, चिंतोपंत! पगडी आणि बुगडी यांच्यासारखी!"

"मग हा ग्रंथराज कशाला खरेदी केलात?"

"चाळायला."

"या चाळणीतून खाली काय पडतं?" पंतांनी उपरोधपूर्ण स्वराने प्रश्न केला.

"आनंद!"

"रेल्वे-गाइड वाचून आनंद होतो तुम्हाला?"

"साधा आनंद नाही; ब्रह्मानंद!"

लेखक वेडे असतात, हा आपला आवडता सिद्धांत मला सुनावून चिंतोपंतांनी माझी रजा घेतली.

पण त्यांना मी सांगितले त्यात खोटे काय होते? अनेकदा कंटाळा आला, म्हणजे मी रेल्वे-गाइड चाळत पडतो. त्यातल्या अपरिचित स्टेशनांची नावे वाचताना आणि त्यांच्यावर निरनिराळ्या वेळी थांबणाऱ्या आगगाड्यांची चित्रे डोळ्यांपुढे उभी करताना वेळ कसा निघून जातो, हे कळत नाही. केव्हा केव्हा काशी - प्रयागच्या स्टेशनांची पाने मी काढतो. मग त्या पानांवरून नाना प्रकारची रम्य, भव्य आणि रुद्र दृश्ये माझ्या डोळ्यांपुढून धावू लागतात. ही दुथडी भरून वाहणारी गंगामाई, तिच्यावरला हा प्रचंड पूल, त्या पुलावरून

लहान मुलाप्रमाणे कर्कश शिटी घालीत आणि शांतपणे निजलेल्या मध्यरात्रीची झोपमोड करीत जाणारी ही आगगाडी... अशावेळी डब्याच्या कोपऱ्यातून बाहेर डोकावून पाहताना मनात भय, आश्चर्य आणि आनंद यांचे किती विलक्षण मिश्रण होत असेल! निसर्गाच्या निकट सान्निध्यातच माणसाला आपल्या जीवनाची उंची आणि खोली यांची जाणीव होते, हेच खरे!

हा प्रचंड पूल कुणी बरे बांधला असेल? तो बांधणाऱ्या इंजिनियरचे नाव कदाचित मोठ्या कष्टाने आपण शोधून काढू. पण एखाद्या भयंकर वाघाला चाबकाच्या तालावर नाचवावे, त्याप्रमाणे या प्रक्षुब्ध प्रवाहावर प्रभुत्व गाजविणाऱ्या पुलाची उभारणी करण्यात किती मजुरांचे श्रम खर्ची पडले असतील. त्यांची नावे इतिहास संशोधकालाही शोधून काढता येणार नाहीत. हा विचार मनात आला, की त्या शेकडो अज्ञात व्यक्तींचे घामाने डबडबलेले आणि उन्हाने करपलेले चेहरे माझ्या डोळ्यांपुढून सरकू लागतात. हा पूल बांधून चार पिढ्या तरी झाल्या असतील. ती सारी माणसे धरणीमातेच्या कुशीत केव्हाच कायमची झोपी गेली असतील. असे असूनही त्या अज्ञात मित्रांविषयी एक प्रकारची कृतज्ञता मला वाटू लागते.

लगेच मनात येते, जगातला पहिला पूल कुणी बरे बांधला असेल? व्यास-वाल्मीकी आणि मार्कोनी-एडिसन यांच्या पंक्तीत त्या व्यक्तीचे नि:संशय स्थान आहे. असे असून तिचे नावसुद्धा आपल्याला ठाऊक असू नये, ही किती शरमेची गोष्ट आहे. सुंदर रूप किंवा गोड गळा यांचे देणे एखाद्या स्त्रीला निसर्गाने दिले, की लगेच तिचे नाव लाखो लोकांच्या जिभेवर नाचू लागते आणि ज्यांनी प्रगतीचा खडतर प्रवास करताना मानवतेला मार्गदर्शन केले, त्यांची साधी माहितीसुद्धा सामान्य माणसाला असू नये? मनुष्य स्वभावत: मूर्ख आहे, की कृतघ्न आहे? जीवनातील उथळ गोष्टींची पूजा करण्यातच त्याला का आनंद वाटतो? चिरंतनापेक्षा क्षणभंगुरातच तो का रमतो?

क्षणार्धात दुसऱ्याच दृश्यात मी गुंग होतो. विशाल गंगाप्रवाहावर चांदणे नृत्य करीत आहे. मनुष्याच्या बुद्धीने निसर्गावर मिळविलेल्या विजयाचे कौतुक करीत मी डब्याच्या खिडकीतून खाली वाकून पाहात आहे. इतक्यात माझ्या मनात एक विलक्षण विचार येतो. पूर असाच वाढत राहिला, तर एखादे वेळी हा पूल पडेल! नाही कुणी म्हणावे? निसर्ग आणि मानव यांचे संबंध पिता-पुत्रासारखेच आहेत. निसर्गाच्या मांडीवर मानवी जीव वाढतो. त्याच्या वात्सल्याच्या छायेत तो जगतो. आपल्या पुत्राच्या सर्व लीलांकडे निसर्ग औदार्याने पाहत असतो. पण रुस्तुमचा मुलगा असूनही सोराब त्याच्या हातून शेवटी मारला गेलाच ना? निसर्गही मनुष्याचा

कधीकधी असाच घात करतो. अनेकदा जन्म, मृत्यू, प्रीती हे आयुष्यातले जुगार ठरतात, ते निसर्गाच्या या लहरी आणि उद्दाम स्वभावामुळेच!

या विचारात सत्य असले, तरी तो माझे मन संत्रस्त करून सोडतो. म्हणून रेल्वे-गाइडच्या मागली-पुढली पाने चाळीत मी गंगेच्या उगमापासून मुखापर्यंत प्रवास करू लागतो. ती लहानमोठी एका ठशांची स्टेशने, रात्री-अपरात्री डोळ्यांत तेल घालून तिथे काम करणारे हे तरुण-वृद्ध कामगार, तीर्थयात्रेपासून मुलीचे लग्न जमविण्यापर्यंत निरनिराळ्या कारणांनी प्रवास करणारे नाना पेशांचे आणि स्वभावांचे हे उतारू, कडाक्याची थंडी असो वा अंगातून घामाच्या धारा गळत असोत, खारीच्या चपळपणाने धावपळ करणारे हे हमाल, या सर्वांच्या गर्दीत मी मिसळतो, विरून जातो, स्वत:ला विसरतो.

मग एकदम दुसरीच कल्पना मला गुदगुल्या करून हसत हसत निघून जाते. भगीरथाने गंगा पृथ्वीवर आणली, अशी आपल्या पुराणात कथा आहे. ध्येयवाद्यांना गुरू शोभणारा तो राजर्षी काहीतरी चमत्कार होऊन पुन्हा आज गंगेशी गुजगोष्टी करण्याकरिता परत आला, तर भोवतालच्या भूप्रदेशाचे स्वरूप पाहून त्याची काय स्थिती होईल?

त्या गोंधळलेल्या भगीरथाला तसाच सोडून माझे मन पुढच्या क्षणी रुंजी घालू लागते, ते 'मुद्राराक्षस' नाटकाभोवती! कॉलेजात पाठ केलेला त्यातला पहिला श्लोक आठवण्याचा मी प्रयत्न करतो. मोठा मजेदार आहे तो! संस्कृत साहित्यातल्या संकेताप्रमाणे त्यात शंकराचे स्तुतिपर वर्णन आहे. पण ते सरळ किंवा साधे नाही. शंकर-पार्वतीच्या प्रेमकलहाने तो श्लोक रंगला आहे. कुठल्याही कुटुंबात संशयकल्लोळ निर्माण व्हायला फाल्गुनरावासारखी माणसेच लागतात, असे नाही! देवादिकांच्या घरीसुद्धा तोच अनुभव नित्य येतो. शंकराच्या जटाभारातून लपून बसलेली गंगा पाहून पार्वतीच्या मनात मत्सर जागृत होतो. 'ही कोण?' असा ती पुन:पुन्हा पतीला प्रश्न करते. शंकर तिच्या प्रत्येक प्रश्नाचे द्व्यर्थी उत्तर देतो! गंगावतरणाच्या वेळी शंकराला मध्यस्थ करताना आपण त्या भोळ्या देवाच्या संसारसुखात विष कालवीत आहोत, ही शंकासुद्धा बिचाऱ्या भगीरथाला आली नसेल!

रेल्वे-गाइडचे प्रत्येक पान पळापळाला मला अशा एका नव्या सृष्टीत घेऊन जाते. प्रचंड पक्ष्याच्या पंखांवर बसून सिंदबाद रत्नामोत्यांनी भरलेल्या गुहेपाशी गेला, अशी एक अद्भुत कथा आहे ना? आगगाडीचे गाइड हातात घेतले, की मीसुद्धा सिंदबाद बनतो. पतंग उडविणाऱ्या पोराला हातातल्या दोऱ्याची लांबी पाहून आपली क्रीडा

करावी लागते. पण कल्पनेच्या क्रीडेला जगात मर्यादा नाही. ज्या ज्या गोष्टीमुळे कल्पनेला पंख फुटतात, ती ती मला अधिक आवडते, याचे कारण हेच आहे.

पण हे सारे व्यवहारी चिंतोपंतांना कसे पटवून द्यायचे? चंद्रग्रहण आले, की पंचांग काढून ग्रहण केव्हा लागते, त्यामुळे आपल्याला किती वेळ आधी जेवावे लागेल, इत्यादी गोष्टींचा ते विचार करू लागतात. उलट ग्रहण ही मला मोठी आनंदाची पर्वणी वाटते.

परवा चंद्रग्रहणाच्या दिवशी मराठी रंगभूमीचा उद्धार करण्याकरिता जन्माला आलेले एक नवे नाटक पाहून व संध्याकाळी नसलेली डोकेदुखी पैदा करून मी रात्री दीड वाजता घरी आलो. माझा डोळा लागायला दोन वाजले. मी एकदम खडबडून जागा झालो. मला वाटले, बाहेर पार उजाडून गेले असेल. ग्रहण सुटलेसुद्धा असेल! पण सुदैवाने पाच, साडेपाचच झाले होते. थंडी चावत होती. पण तिला न जुमानता मी अंगणात आलो आणि चंद्राकडे टक लावून पाहत राहिलो. क्षणार्धात किती कल्पनांनी माझे मन पुलकित केले, म्हणून सांगू!

खग्रास ग्रहणातून मुक्त होणारा तो चंद्रमा पाहून मोहजालातून बाहेर पडू पाहणाऱ्या मानवी आत्म्याची आठवण मला झाली. मग मनात आले, बालकांना चंद्र फार आवडतो. याचे कारण तो स्वत:च एक लहान मूल आहे. पाहा, पाहा, तीट लावण्याकरिता आईने ठेवलेले काजळ त्याने कसे तोंडाला फासून घेतले आहे ते! ग्रहण सुटू लागल्यामुळे दिसू लागलेला तांबसरपणा पाहून माझे मन म्हणू लागले, 'पंक्चरलेल्या रात्री'चे वर्णन करणाऱ्या आमच्या नवकवींनी हे दृश्य कधीच पाहिले नसेल काय? अन्यायाने दडपून खाली ठेवलेल्या दलितवर्गाला आपल्या हक्कांची जाणीव झाली, की त्याची जी मन:स्थिती होत असेल, तिचेच प्रतिबिंब आता आकाशात दिसत आहे!

रेल्वे-गाइड घेऊन एखाद्या कादंबरीप्रमाणे त्यात रंगणाऱ्या या माझ्या मनाला हसणारी चिंतोपंतांसारखी हजारो माणसे जगात असतील. त्या सर्वांचे समाधान मला करता येईल की नाही, हे मी सांगू शकत नाही. पण कल्पना हा मानवी जीवनाचा एक महत्त्वाचा भाग आहे, याविषयी मी नि:शंक आहे. पशू आणि मनुष्य यांच्यातली ती सीमारेषा आहे. जीवनाच्या विकासाला भावना व विचार यांचा अधिक उपयोग होतो, हे मी मान्य करतो. पण आजच्या मानवाच्या अनेक सात्त्विक भावनांचा आणि विचारांचा उगम आपण शोधीत गेलो, तर तो कल्पनेतच आहे, असे आढळून येईल.

म्हणून प्रवासात वेळ जाण्यासाठी त्याच त्याच बातम्या छापणाऱ्या दैनिकांचा

भारा खरेदी करणारे किंवा भूक नसताना प्रत्येक स्टेशनावर काहीतरी खाद्यपदार्थ घेऊन ती चघळीत बसणारे लोक पाहिले, की मला हसू येते. हल्ली मी प्रवासात लहानसे पुस्तकसुद्धा वर ठेवीत नाही. मुकाट्याने खिडकीपाशी बसतो आणि बाहेर पाहू लागतो. एखादा काटेरी वृक्ष, एखादा पडका किल्ला, किंबहुना माझ्यासमोरच बसलेली एखादी वृद्धा यांच्याकडे पाहता पाहता सातारा केव्हा सुटले आणि पुणे केव्हा आले, हे मला कळतदेखील नाही.

१९५३

♥

१४

घड्याळ

माझा देवावर विश्वास नाही. मात्र जगात देव असायला हवा होता, असे मला मनापासून वाटते. ज्योतिषाच्या बाबतीतही माझी स्थिती तशीच आहे. माणसाला अचूक भविष्यज्ञान होण्याची काही सोय या पृथ्वीतलावर असती तर फार बरे झाले असते,

असे अनेकदा माझ्या मनात येते. विशेषत: ज्या दिवशी मला प्रवासाला जायचे असते, त्या दिवशी हा विचार हटकून मला सुचतो. आगगाडीपेक्षाही मोटारीच्या प्रवासात या भविष्यज्ञानाचा मनुष्याला फार उपयोग झाला असता. एस.टी.च्या प्रवासात तर अधिकच! कारण त्या गाड्यांत प्रत्येक बाकावर तीन-तीनच जागा असतात. त्यामुळे प्रवाशाला आज आपल्या वाट्याला जगातली कोणती दोन रत्ने येणार आहेत, याची घरून निघाल्यापासून काळजी लागून राहते.

अशा चिंताग्रस्त मन:स्थितीतच काल मी मोटारतळावर गेलो. उजवीकडच्या अगदी पहिल्याच बाकावर माझी जागा होती. ती पाहून मी अधिकच भयभीत झालो. त्या बाकावर अवघ्या दोनच जागा होत्या! तेव्हा शेजारी जो बडबड्या मनुष्य येऊन बसेल, त्याला एकसारखे तोंड देण्याची पाळी माझ्यावरच येणार, हे उघड होते. छे! छे! घरून निघताना मी तर दुसऱ्याच मनोराज्यात मश्गूल झालो होतो. एका चतुर प्रवाशाचे अनुकरण करायचे मी ठरविले होते. तो अरण्यातून वाहणाऱ्या एका नदीच्या काठाने चालला होता. एका बाजूने वाघ आणि दुसऱ्या

बाजूने सुसर त्याच्यावर अचानकपणे चाल करून आली. तो मोठा प्रसंगावधानी होता. अगदी बिरबलाचा थोरला भाऊ शोभण्याइतका! त्याने एकदम जमिनीवर साष्टांग नमस्कार घातला. साहजिकच वाघाची उडी मगरीच्या तोंडात पडली. त्यांचे द्वंद्वयुद्ध सुरू असतानाच प्रवासी आपला जीव बचावून पुढे निघून गेला.

याच पद्धतीने बाकावरल्या दोन उतारूंना एकमेकांच्या तोंडी द्यायचे आणि आपण स्वस्थ डुलक्या घेत बसायचे, असा बेत करीत मी घरून निघालो होतो. पण फक्त दोनच जागा असलेले बाक नशिबी आल्यामुळे मी गडबडलो. आता आपल्या शेजारी कोण येऊन बसणार आहे, याविषयी माझ्या डोळ्यांपुढे नाना प्रकारची कल्पनाचित्रे उभी राहू लागली. सारखे पान खाऊन पचक् पचक् थुंकणारे म्हातारेबोवा, हातात वर्तमानपत्र घेऊन त्यातल्या वाक्या-वाक्यावर मल्लिनाथी करणारे पंचविशीतले तरुण गृहस्थ, जिचे सारे बळ जिभेत साठले आहे, अशी प्रौढ गजघंटा, मोहरममधल्या वाघाप्रमाणे किंवा शिमग्यातल्या सोंगाप्रमाणे आधुनिक प्रसाधनांनी रंगून आलेली तरुणी.... यांच्यापैकी कुणीही माझी कायदेशीर दोस्ती करू शकले असते. अशा जिगर दोस्तापेक्षा कट्टर दुश्मन परवडला, असे वाटून मी धडधडत्या छातीने माझ्या शेजारच्या रिकाम्या जागेकडे पाहत बसलो.

एकदम तिथे एक साडीचा पदर निशाणाप्रमाणे फडफडला. ही युद्धाची सलामी आहे की तहाची सूचना आहे, हे मला कळेना. मी मान वर करून पाहिले. बाई तरुण होती. ती सावंतवाडीच्या लाकडी फळांप्रमाणे रंगलेली नाही, हे पाहून मला अधिकच आनंद झाला आणि बसता बसता तिने 'आपण खांडेकर ना?' म्हणून प्रश्न केला, तेव्हा तर तो आनंद गगनात मावेना. माणसाचा अहंकार किती अधाशी असतो!

पाच-दहा मिनिटे आम्ही इकडच्या तिकडच्या गोष्टी बोललो. पण गाडी सुटण्याचे काही लक्षण दिसेना. ती तरुणी अगदी उतावीळ होऊन म्हणाली,

"केव्हा सुटणार आहे गाडी मेली, कुणास ठाऊक!"

लगेच तिने आपल्या डाव्या मनगटावर बांधलेल्या नाजूक, सोनेरी घड्याळाकडे पाहिले. पुढल्याच क्षणी तिने 'अय्या' असा जो भीतिदर्शक उद्‌गार काढला, त्यावरून आमच्या मोटारीत एखादा अजगर शिरून त्याने तिच्या पायाला विळखा घातला असावा किंवा आमच्या गाडीवर ॲटमबॉंब पडला असावा, अशी माझी क्षणभर समजूत झाली. मग माझ्या लक्षात आले. आपल्या घड्याळाची हृदयक्रिया बंद पडल्यामुळे ती शोक करीत आहे.

घड्याळ लावण्याकरिता माझ्याकडे वळून ती म्हणाली,

"किती वाजले?"

"माझ्यापाशी घड्याळ नाही..." मी शांतपणाने उत्तरलो.

ती माझ्याकडे मोठ्या आश्चर्याने पाहू लागली. जणू काही मी तिला म्हटले होते, 'माझ्यापाशी डोकं नाही.'

आश्चर्याचा पहिला भर ओसरल्यावर ती उद्गारली,

"तुम्ही साहित्यिक तर अगदी घड्याळ लावून लिहिता म्हणे! इतक्या तासांत इतकी पानं..." लगेच स्वत:शी स्मित करीत ती म्हणाली, "तुम्ही कारवारच्या संमेलनाला आला नव्हता वाटतं?"

मी नकारार्थी मान हलविली. मात्र तिच्या मुद्रेवरले हास्य पाहून मी नकळत नंदीबैलाचा अभिनय तर केला नाही ना, अशी शंका माझ्या मनात आली.

ती हसत पुढे म्हणाली,

"तरीच! अहो, कारवारला साहित्यिक आले होते ना, त्यातले पुष्कळ परत येताना गोवे पाहायला गेले आणि येताना नवी घड्याळं हातावर बांधून आले. जकात चुकवून!"

मी गंभीरपणाने तिला म्हणालो,

"कोल्हटकरांचा 'चोरांचं संमेलन' हा लेख तुम्ही वाचा. म्हणजे तुम्हाला यात काही नवल वाटणार नाही. चोरांचं व लेखकांचं संमेलन एकत्र भरविण्यात यावं, असा ठराव त्या संमेलनात मंजूर झाला, तो काही उगीच नाही!"

"ते जाऊ दे मेलं! पण तुमच्यासारख्या लेखकाजवळ घड्याळ नसावं, याचं मला भारी आश्चर्य वाटतं, बाई!"

इतक्यात गाडी सुटली, म्हणून बरे झाले. नाहीतर त्या तरुणीचे 'घड्याळाचे एक हजार एकशे एक उपयोग!' या विषयावरचे एखादे लांबलचक व्याख्यान मला ऐकावे लागले असते आणि मी घड्याळावर बहिष्कार का टाकला आहे, हे कितीही जीव तोडून सांगितले असते, तरी ते तिला पटले नसते. कारण घड्याळ हासुद्धा एक दागिना. दागिना म्हटले, की त्याच्यावर बहिष्कार घालण्याची कल्पनाच स्त्रीमनाला सहन होत नाही. कवितेप्रमाणे स्त्रीही स्वभावत: अलंकारप्रिय असते. मग ती किती का आधुनिक असेना! त्या दृष्टीने पुरुष म्हणजे शुद्ध गद्य!

या गद्यप्रवृत्तीमुळेच की काय, बाळपणापासून मला दागिन्यांचा तिटकारा वाटत आला आहे. चाळीस वर्षांपूर्वी आपल्याकडे लहान मुलाच्या कानात भिकबाळी घालण्याची पद्धती होती. त्याप्रमाणे या बयेने माझाही कान पकडला होता. पण मला ते भिकबाळी घातलेले स्वत:चे ध्यान बिलकूल आवडत नसे. कानफाट्या होण्याची भीती नसती, तर मी ती कानातून ओढूनच काढली असती. नाना फडणविसांच्या मुत्सद्दीपणाबद्दल मनात आदर असूनही मी त्यांचे चित्र घरात कधीही लावणार नाही. नानांच्या कानात भिकबाळी नसती, मोठमोठे मुत्सद्दीसुद्धा अलंकरप्रिय असतात, हे दृश्य दुसऱ्या बाजीरावाला दिसले नसते, तर पेशवाईचा इतिहास अगदी निराळा झाला असता, असे मला वाटते.

खाडिलकरांचे 'मानापमान' नाटक प्रसिद्ध झाले, तेव्हा मी तेरा-चौदा वर्षांचा असेन. त्यावेळी कोल्हटकर हे माझे अधिदैवत होते. असे असूनही मी मानापमानाचा चाहता झालो. याचे मुख्य कारण त्याच लक्ष्मीधराचे पात्र रंगवून पुरुषांच्या दागिन्यांच्या हौसेची नाटककाराने जी रेवडी उडविली आहे, तेच असावे.

मला घड्याळ आवडत नाही, याचे एक कारण हे आहे. तुम्ही म्हणाल, सारे लेखक डॉन क्विझोटचे शिष्य असतात, हेच खरे. घड्याळ हा दागिना आहे, हे गृहीत धरून तुम्ही त्याच्यावर हल्ला चढवीत आहा. पण वस्तुस्थिती तशी मुळीच नाही. घड्याळ हा नुसता शोभेचा अलंकार नाही. ती अत्यंत उपयुक्त वस्तू आहे. या विसाव्या शतकातली देवता म्हणानात. क्षणाक्षणाला आपले मार्गदर्शन करणारी, माणसातल्या कुंभकर्णाला जागृत करून त्याला देवपदाकडे नेणारी, वेळेचा सदुपयोग कसा करावा, हे प्रत्येकाला शिकविणारी.

हे घड्याळ-स्तोत्र मी अनेकदा ऐकले आहे. पण ते मला पटत नाही. पुराणातल्या देवतांच्या स्तोत्रांप्रमाणेच ते मला वाटते. या वर्णनात वास्तवतेपेक्षा भाविकतेताच भाग अधिक आहे. घड्याळे घरोघर दिसू लागल्यापासून प्रत्येक मनुष्य जर मंडलिकांचा अवतार झाला असता, तर या घड्याळप्रशंसेत काहीतरी तथ्य आहे, हे मी मान्य केले असते. पण सुंदर, नाजूक सोनेरी घड्याळे हातात बांधून मिरवणारी अनेक माणसे- बायका आणि पुरुष- मी पाहिली आहेत. उभ्या आयुष्यात उपयुक्त असे काही त्यांना करता आलेले नाही. अशा स्थितीत घड्याळामुळे माणूस आपल्या प्रत्येक क्षणाचा सदुपयोग करायला शिकतो, या थापेवर निदान मी तरी विश्वास ठेवणार नाही. पूर्वी दारूची तलफ भागविण्याकरता डॉक्टरांनी औषध म्हणून ती घ्यायला सांगितली आहे, अशी आपली कैफियत देणारे लोक असत ना! सारे घड्याळभक्त त्यांच्यासारखेच वाटतात मला. घड्याळाचा शोध लागला नव्हता, तेव्हासुद्धा या जगात उद्योगी माणसे होतीच!

मात्र मी घड्याळावर रुष्ट असण्याचे दुसरे कारण यापेक्षाही मोठे आहे. ते म्हणजे, घड्याळ हे एक यंत्र आहे, हे होय. यंत्र आणि संत यांच्यात मोठे साम्य आहे. दोघेही जगाची सेवा करण्याकरिता जन्माला येतात आणि दोघेही ज्याच्याशी संबंध येईल, त्याला तत्काळ आपल्यासारखा करतात. या दुसऱ्या गुणामुळेच यंत्रापासून माणसाने नेहमी दोन हात दूर राहावे, असे मला वाटते. यंत्राच्या सहवासात मनुष्यही यंत्र होतो, असा निदान माझा तरी अनुभव आहे. गिरणी मालकासारखे मोठमोठे भांडवलदार लोक तुमच्याआमच्या दृष्टीने माणसाचा विचार करीत नाहीत, याचे दुसरे कारण काय आहे? अवाढव्य, राक्षसी यंत्राच्या सहवासात ते नित्य वावरत असतात. साहजिकच तेही तसेच बनतात, भावनांना पारखे होतात.

घड्याळाचीच गोष्ट घ्या. ते हातावर बांधणारा पुरुष एकांतात प्रियकरणीशी गुजगोष्टी करीत असो किंवा कुणातरी प्रिय व्यक्तीचे सांत्वन करण्याकरिता गेलेला असो, त्याचे लक्ष नकळत आपल्या हातावरच्या यंत्राकडे जाते. साहजिकच त्याला आपल्या पुढच्या कामांची आठवण होते. असा मनुष्य प्रेमालाप कसले करणार कपाळाचे! रामाच्या वेळी घड्याळे असती आणि कैकयीने आपल्या अटी थोड्या सैल करून त्याला एखादे घड्याळ वनात बरोबर घेऊन जाण्याची परवानगी दिली असती, तर केले याहून राम आणखी कोणते पराक्रम करणार होता? घड्याळ जवळ नसतानाच दंडकारण्यात चौदा सहस्र राक्षस त्याने मारले. मात्र कनवटीला घड्याळ लावून तो गेला असता, तर त्याचे आणि सीतामाईचे आयुष्य अधिक दुःखी झाले असते, याविषयी मला बिलकूल शंका वाटत नाही. त्या वनवासातला अत्यंत आनंदाचा भाग म्हणजे राम आणि सीता यांच्या रात्रभर चालणाऱ्या गुजगोष्टी. 'अविदित गतयामा रात्रिरेव व्यरंसीत्' या अमर चरणात भवभूतीने अमरांनाही दुर्लभ असे ते सुख किती सुंदर रीतीने सूचित करून ठेवले आहे. पण पर्णकुटिकेत घड्याळ नव्हते, म्हणूनच राम आणि सीता यांना या स्वर्गीय सुखाचा लाभ झाला. एखादे घड्याळ... मग ते सीतेच्या मनगटावरले ललनाघड्याळ असो अथवा विश्वामित्राच्या यज्ञरक्षणाच्या वेळी रामाने वापरलेले टाइमपीस असो... त्यांच्या सोबतीला असते, तर त्याने त्या दंपतीला क्षणार्धात स्वर्गातून पृथ्वीवर ढकलून दिले असते. मधेच घड्याळाकडे पाहून बारा वाजलेले दिसताच राम उद्गारला असता,

'प्रिये, अजून खूप खूप बोलायचंय मला तुझ्याशी. पण ते घड्याळातले काटे पाहिलेस का? छे! आता जागून उपयोग नाही. या गोदावरीच्या पाण्यानं आधीच तुला पडसं झालं आहे... त्यात जाग्रणाची भर पडली म्हणजे... चल, झोप जा!'

कदाचित बोलण्याच्या रंगात आल्यामुळे रामाचे लक्ष घड्याळाकडे गेले नसते, तरी सीतेचे गेलेच असते आणि ती दचकून म्हणाली असती,

'आर्यपुत्र, ते घड्याळातले काटे पाहिलेत का? आज शिकारीकरिता खूप लांब जाणं झालं होतं. झोपावं आपण आता. किती वेडी आहे मी! उगीच बारा वाजेपर्यंत बडबडत बसले.'

मी घड्याळ का बाळगीत नाही, याचे कारण हे आहे. मला यंत्र हवे, पण यंत्राची गुलामगिरी नको. लहर आली, की मी लिहायला बसतो. मन रमेल आणि शरीर साथ देईल, तितका वेळ मी लिहीत सुटतो. त्यामुळे एखादे दिवशी मी दहा तास लिहितो आणि प्रसंगी दहा-दहा दिवस कागदावर रेघसुद्धा ओढीत नाही. या तऱ्हेनेच लेखनातला खरा आनंद लुटता येतो, असे मला वाटते. ठरावीक वेळी टिपून येणाऱ्या माणसाने यायचे, त्याला आपण मोजके दोन तास मजकूर सांगायचा

आणि त्याची जाण्याची वेळ झाली, की कथा तिथेच थांबवायची... मग अर्धवट राहिलेला प्रसंग पित्याला न सांगता नायकाबरोबर जावे की नाही, या नायिकेच्या मनातल्या अंत:कलहाचा असो किंवा तिच्या अपत्याच्या मृत्यूचा असो... हे उभ्या जन्मात मला साधणार नाही. लेखनाचीच गोष्ट कशाला हवी? जेवणे, फिरणे, वाचणे, व्याख्यान देणे, प्रेम करणे, इत्यादी गोष्टींना रंग यायला हवा असेल, तर घड्याळ नावाची एक वस्तू या जगात आहे, हे माणसाने विसरून गेलेच पाहिजे. पण मनगटावर घड्याळ बांधले, की मग तो विसर पडणे अशक्य होते. खांद्यावर टाकलेले मूल जसे रस्त्याने काही ना काही प्रश्न विचारीत राहते, तसे मनगटावरले घड्याळ टिकटिक करून एकसारखे आपले अस्तित्व दर्शवीत सुटते. घड्याळाच्या या कर्कश पुटपुटण्याला टिकटिक शब्द प्रथम कुणी वापरला, कुणास ठाऊक! ती खरोखर किटकिट असते.

कुठल्याही जीवनरसाचा आस्वाद उत्कटतेने घ्यायला घड्याळाचा विरोध कसा होतो, हे काय सांगायलाच हवे? 'अरेबियन नाइट्स'मधल्या कथांप्रमाणे गप्पांतून गप्पा निघाव्यात, तेव्हा कुठे संभाषणाला रंग येतो. अशा गप्पा कधी घड्याळ पाहून तास, अर्ध्या तासात मारता येतील होय? घड्याळाकडे पाहून मी वाचन केले असते, तर माझ्या जीवनातल्या आनंदाचा केवढा तरी मोठा झरा अगदी रोडावला असता. पुस्तक एकदा हाती घेतले, की संपविल्याशिवाय उठायचे नाही किंवा झोपायचे नाही, हा माझा खाक्या आहे. या पद्धतीमुळे माझ्या डोळ्यांपुढे त्या त्या पुस्तकातील पात्रे सजीव होऊन उभी राहतात. इब्सेनची नाटके मी पाहिली आहेत, ती अशीच माझ्या मनाच्या रंगभूमीवर. हार्डीच्या कादंबऱ्यांची सुंदर नाटकांत रूपांतरे झाली आहेत, ती इथेच माझ्या कल्पनाचक्षूंपुढे आणि किती थोड्या वेळात म्हणता? उत्तररामचरिताच्या पहिल्या अंकाच्या शेवटी आलेला तो हृदयंगम प्रसंग... सीतेला झोप येऊ लागते. जवळपास उशी नसते. रामचंद्र तिला म्हणतो, 'माझा डावा बाहू हीच तुझी उशी'. सीता मोठ्या प्रेमाने या उशीवर डोके टेकून झोपी जाते. इतक्यात गुप्तहेर दुर्मुख येतो. तो सीतेच्या पावित्र्याविषयी लोकांत चाललेली चर्चा सांगतो. राम मोठ्या दु:खाने सीतेचा त्याग करायचे ठरवितो... जणू काही भवभूति आपल्याला वाचून दाखवीत आहे, असा मला अनेकदा भास होतो. पाच-सात वेळा एका बैठकीत मी उत्तररामचरित संपवले नसते, तर या प्रसंगातले अपूर्व नाट्य आणि सौंदर्य मला सध्याइतके प्रचीत झालेच नसते.

माझ्या मते उत्कटता हा जीवनाचा आत्मा आहे. यंत्र- मग ते कितीही उपयुक्त असो व सुंदर दिसो- त्या उत्कटतेला थोडा ना थोडा बाध आणतेच. म्हणूनच

घड्याळापासून मी नेहमी दोन हात दूर राहत आलो आहे.

माझ्या या व्रताचा भंग होण्याची वेळ आयुष्यात दोनदा आली.

एकदा माझ्या काही विद्यार्थ्यांनी एक सुंदर घड्याळ मला नजर केले. प्रेम म्हणून दिलेली भेट मला नाकारता येईना. मी ती घेतली. पण ही वस्तू फार दिवस घरात बाळगणे धोक्याचे आहे, हे जाणून मी लवकरच तिच्या तावडीतून सुटण्याचा मार्ग शोधू लागलो. सुदैवाने तो मला सापडला. माझे एक अतिशय अनियमित वागणारे मित्र होते. त्यांना मी ते घड्याळ वाढदिवसाची भेट म्हणून दिले. त्यांच्या पत्नीने या भेटीबद्दल मला अशी शाबासकी दिली म्हणता! एका धोंड्याने दोन पक्षी मारणे या म्हणीचा अर्थ त्या दिवशी पुरापुरा कळला मला.

दुसरा प्रसंग चित्रपटाच्या निमित्ताने माझ्यावर ओढवला. एका चित्रपटाबाबत आम्हा काही कलावंतांचा सत्कार व्हावयाचा होता. त्या सत्कारप्रसंगी मला घड्याळ द्यायचे समारंभाच्या चालकांनी ठरविले आहे, अशी कुणकुण माझ्या कानांवर आली. माझ्यात कधीही न आढळणारा धूर्तपणा त्या क्षणी कुठून आला, कुणास ठाऊक! मी त्या चालकांना हसत हसत म्हटले,

"घड्याळ कितीही सुंदर झालं, तरी ते यंत्र आहे. एखाद्या शास्त्रज्ञाचा सत्कार करताना भेट म्हणून द्यायला ते फार चांगलं. पण कलावंताला भेट द्यायची, ती त्याला शोभेल, अशीच हवी. तुम्ही मला एखादा बाजा द्या... अगदी दोन आण्यांचा दिलात, तरी चालेल."

त्यांनी मला दौत-टाक वगैरे चांदीचे साहित्य दिले. बाजा दिला नाही. अर्थातच त्या समारंभात मी तो वाजविला नाही. पण हातात घड्याळ बांधून त्याची कटकट ऐकत बसण्यापेक्षा हातात बाजा घेऊन तो वाजविणे आणि त्या नादब्रह्मात स्वतःला विसरून जाणे मला केव्हाही अधिक आवडेल.

यापुढेही मी कधी घड्याळ मनगटावर बांधणार नाही, हे उघड आहे. मात्र त्याची उणीव एखादे वेळी मला तीव्रतेने जाणवते. रिकामटेकडी माणसे येऊन बैठकीत बसली, म्हणजे त्यांना रजा कशी द्यायची, हे मला कोडे पडते. अशा वेळी वाटते, आपल्या मनगटावर एखादे छानसे घड्याळ असते, तर काय बहार आली असती. मग त्याच्याकडे कटाक्ष फेकीत आपण दचकण्याचे नाटक केले असते आणि त्या मंडळींना म्हटले असते,

'मला आत्ताच त्या... यांच्याकडं जायचंय. क्षमा करा हं!'

१९५१

♥

१५

सत्यं ब्रूयात प्रियं ब्रूयात

सकाळी अंथरुणातून उठल्यापासून मी जरा अस्वस्थच होतो. या बेचैनीचा माझ्या प्रकृतीशी काही संबंध नव्हता, हे सांगून टाकलेले बरे. प्रकृतीपुढे पुरुषाचे काही चालत नाही, हे वेदान्ताइतकेच व्यवहारातही खरे आहे. पण माझी प्रकृती ही इतिहासातल्या एखाद्या लहरी राणीपेक्षा किंवा इंग्लंडमधल्या हवामानापेक्षा अधिक चंचल आहे, असा उगीच लोकांचा समज होऊन बसलेला आहे. वर्तमानपत्रांपासून होणारे अनेक फायदे मला मान्य आहेत. पण पराचा कावळा करण्याच्या बाबतीत त्यांचा हात कुणी धरू शकणार नाही, हेही तितकेच खरे आहे.

माझे डोके दुखत नव्हते. नाक वाहत नव्हते. घसा खवखवत नव्हता. साडेतीन हात शरीराला त्रास देणाऱ्या साडेतीनशे तक्रारींपैकी एकही मला जाणवत नव्हती. कोवळ्या उन्हात हसणाऱ्या घराशेजारच्या हिरव्यागार झाडाइतकी माझी प्रकृती आज उत्तम होती. अस्मादिकांचा पहिला चहा झाला होता. अगदी वेळेवर झाला होता. जसा हवा तसा झाला होता. जो अरुणोदय पाहून होनाजी बाळाला 'घन:श्याम सुंदरा'सारखी रसाळ भूपाळी स्फुरली, तो पाहत पाहत मी लज्जतदार चहाचे घुटके घेतले होते. या चहाकरिता रात्री दारात काढून घेतलेले दूध वर साय येते न येते, इतकेच तापवायचे, असा गृहराज्ञीचा दंडक आहे. सुंदर पदार्थाभोवती गुंडाळलेल्या नाजूक कागदासारखा किंवा सुरेख तरुणीने मुखचंद्रावर घेतलेल्या मखमली बुरख्यासारखा सायीचा

तो पातळ तवंग मला वाटतो. त्याच्यावर मुक्तछंदात मी एक कवितासुद्धा लिहिली आहे. असे काव्यमय दूध मिळत असल्यामुळे पहिला बेचव चहा प्यायची पाळी माझ्यावर कधीच येत नाही. साहजिकच विडा जमला, की माझे आजोबा जसे खुशीत येत असत, तसा सकाळी सहा-सातच्या सुमारास पहिला चहा घेऊन मी मोठ्या प्रसन्न मनःस्थितीत कामाला लागतो.

पण आजचा दिवस त्याला अपवाद होता. तोंड धुतानाच रात्री पत्नीने सांगितलेल्या कामाची मला आठवण झाली. काम काही तसे अवघड नव्हते. गुलबकावलीचे फूल आणावयाचे नव्हते. समुद्रावर सेतू बांधायचा नव्हता. आग्र्याहून शत्रूच्या नजरकैदेतून सुटायचे नव्हते किंवा पंचवार्षिक योजनेकरिता पैसाही पैदा करायचा नव्हता. आमच्या लोण्याच्या दुकानदाराकडे जाऊन दोन शेर लोणी आणायचे, एवढेच काम होते.

दुकानदाराची उधारीबिधारी काही राहिली नव्हती. तेव्हा भीती वाटण्याजोगे या कामात तसे काही नव्हते. असे असूनही बायकोने डबा घातलेली पिशवी जेव्हा माझ्यापाशी आणून ठेवली, तेव्हा तिच्याकडे (म्हणजे पिशवीकडे, बायकोकडे नव्हे!) पाहून माझे मन अगदी नाराज होऊन गेले. दुकानदाराला सांगायचा निरोप सौभाग्यवतीने रात्रीच माझ्याकडून पाठ करून घेतला होता. त्या निरोपाचा आशय एवढाच होता की,

'मागच्या खेपेचं तीन शेर लोणी काही चांगलं नव्हतं.'

आज लोणी घेताना हा निरोप त्या महात्म्याला सांगणे आवश्यक होते. त्यामुळे निदान आज तरी चांगले लोणी मिळण्याचा संभव होता. त्या सद्‌गृहस्थाला जे सांगायचे होते, ते सत्य होते. चांगले लोणी मिळण्याच्या दृष्टीने ते सांगणे जरूर होते. पण हा निरोप सांगायची पाळी माझ्यावर आली नसती, तर फार बरे झाले असते, असे मला राहून राहून वाटत होते.

कालिदासाने विरही यक्षाचा गोड निरोप त्याच्या प्रियेला सांगण्याची कामगिरी मेघावर सोपविली, म्हणून त्याने ती मान्य केली. 'मागच्या खेपेचं लोणी चांगलं नव्हतं,' असला निरोप तो यक्ष सांगू लागला असता, तर तो ऐकून घ्यायला मेघ आपल्या जागी पळभरसुद्धा राहिला नसता.

'सत्यं ब्रूयात' हा श्लोक मी पंचेचाळीस वर्षांपूर्वी इंग्रजी पाचवीत पाठ केला. या श्लोकात 'खरे बोलावे' या उपदेशाला 'गोड बोलावे' अशी पुस्ती जोडलेली आहे. इतकेच नव्हे, तर अप्रिय सत्य सांगू नये, असेसुद्धा या श्लोककर्त्याने स्पष्ट केले आहे. या सर्व गोष्टी मला मान्य आहेत. पण त्या अमलात कशा आणायच्या, हे मात्र उभ्या आयुष्यात मला कधीच कळले नाही. आजही ते कळेना. काटा नसलेला गुलाब, छाया नसलेला प्रकाश आणि कटुता

नसलेले सत्य हे पदार्थ या जगात कुठे मिळतात, देव जाणे!

पण ही अडचण बायकोला कशी सांगायची? तिने ताडकन शेरा मारला असता,

'मुलखाचे भित्रे आहात तुम्ही. एवढ्या कथा-कादंबऱ्या लिहिता, जाडी जाडी पुस्तकं वाचता, लांबलचक व्याख्यानं देता नि त्या लोणीविक्याला खरी गोष्ट सांगायला भिता? तो काय आपला काका-मामा आहे, का त्याच्याशिवाय दुसरीकडं कुठं लोणी मिळणार नाही, असं छापून आलंय?'

पत्नीच्या पाच मिनिटांच्या नेपथ्यपाठात राजकीय पुढाऱ्यांच्या शंभर व्याख्यानांचा जोश असतो, हा अनुभव बहुतेक नवऱ्यांच्या परिचयाचा आहे. म्हणून दुकानदाराला सांगायच्या निरोपाविषयी कसलीही चर्चा न करता बायकोने दिलेली पिशवी घेऊन मी घराबाहेर पडलो. चालता चालता तो निरोप दुकानदाराला केव्हा व कोणत्या शब्दात सांगावा, याचा विचार मी करू लागलो. दुकानात पाऊल टाकल्याबरोबर जर आपण हा विषय काढला, तर मानसशास्त्राच्या दृष्टीने ती मोठी चूक होईल. डेल कार्नेजीच्या 'मित्र कसे मिळवावेत?' या पुस्तकाची पारायणं आपण दहा वर्षांपूर्वी केली, ती काय उगीच? छे! आरंभी हा विषय काढणं बिलकूल योग्य होणार नाही. तसे केले तर दुकानदार चडफडेल, रागावेल आणि त्याच्या घुश्शाचा परिणाम तागडीवर होऊन आजच्या लोण्यातही आपले नुकसान होईल. त्यापेक्षा त्याच्याशी हवापाण्याच्या गोडगोड गोष्टी कराव्यात आणि शेवटी उठता उठता सहज आठवण झाल्याचा परिणाम करीत बायकोचा निरोप त्याच्या कानावर घालावा.

छे! तसे केले, तर आजच्या लोण्यावर त्याचा काहीच परिणाम होणार नाही. हा निरोप सांगायचा, तो आजचे आणि यापुढचे लोणी शक्य तितके चांगले मिळावे, म्हणून! तेव्हा आजच्या लोण्याचे वजन करण्यापूर्वीच मागचे लोणी चांगले नसल्याची जाणीव दुकानदारसाहेबांना करून द्यायला नको का?

सौभाग्यवतीची तक्रार दुकानदाराच्या कानावर केव्हा घालावी, हा मोठा बिकट प्रश्न माझ्यापुढे दत्त म्हणून उभा राहिला. प्रत्येक गोष्टीसाठी मुहूर्त शोधणारे आपले पूर्वज नि:संशय दूरदृष्टीचे होते. ही तक्रार कोणत्या शब्दात दुकानदार महाशयांच्या कानावर घालावी, याचाही निर्णय मला करता येईना. कवितेच्या पाच-पन्नास ओळी जुळविणे सोपे, पण हा दोन वाक्यांचा निरोप सांगणे नको, असे मला वाटू लागले. 'हे पाहा शेटजी, मागच्या खेपेचं लोणी वाईट होतं,' असं म्हटलं तर? छे छे! महाभारतकारांनीच सांगितले आहे ना? 'न ब्रूयात् सत्यमप्रियम् ।' न आवडणारे सत्य कधी बोलू नये! 'लोणी वाईट होतं' असं म्हणण्यापेक्षा 'लोणी चांगलं नव्हतं' असे शब्द वापरले तर? हा बदल तसा वाईट नाही. पण दोन्ही वाक्यांचा अर्थ जवळजवळ एकच होतो की!

मागून पुढून बाप नवरा!

विनोबांसारखे अनेक सत्पुरुष सांगतात, 'माणूस मुळात वाईट नसतो.' त्यांचे म्हणणे मला शंभर टक्के पटते असे नाही; पण त्यात सत्यांश आहे, असे मात्र वाटते. खरे सांगू? वर्तमानपत्रात खुनांच्या, दरोड्यांच्या, बायकोने नवऱ्याच्या डोक्यात दगड घातल्याच्या आणि नवऱ्याने कुऱ्हाडीने बायकोची खांडोळी केल्याच्या बातम्या मी नेहमी वाचतो. या बातम्या खोट्या असतात असे नाही; पण वाचताना माझी स्थिती अद्‌भुत कथा वाचणाऱ्या मुलासारखी होते. आपण जे वाचीत आहो, ते चित्तथरारक असले, तरी आपला त्याच्याशी काही संबंध नाही, अशी माझी भावना असते.

प्रत्येक माणसाचे भावनेचे जग निराळे आणि मर्यादित असते, हेच खरे! माझ्या मनात या जगात राक्षसी माणसांना आणि अंगावर काटा उभा करणाऱ्या घटनांना सहसा जागा मिळत नाही. शेक्सपिअरच्या 'मॅक्बेथ'पासून भाव्यांच्या 'पुतळा' गोष्टीतल्या सखारामपर्यंतची हरतऱ्हेची तीव्र मनोवृत्तीची माणसे माझ्या बुद्धीच्या कक्षेत येऊ शकतात. मात्र माझ्या भावनेच्या जगात त्यांच्या संचाराला बंदी आहे. माझ्या भावनेच्या जगातली माणसे बहुधा सामान्य- फार चांगली नाहीत नि फार वाईट नाहीत अशी- असतात. ती मेणाची बाहुली असतात म्हणा ना! पाषाणाचा पुतळा त्यात तुम्हाला सापडायचा नाही.

मी मोठा सज्जन माणूस असल्यामुळे माझ्या भावनेच्या जगात अमानुष माणसांना प्रवेश मिळत नाही, असे मात्र नाही. बाह्यत: हा माझा सज्जनपणा असेल पण वरचा एक थर खरवडला, तर या सज्जनपणाच्या खाली दुबळेपणाच लपला आहे, असे दिसून येईल. माझा मलासुद्धा तो जाणवतो. लोण्याच्या दुकानदाराला बायकोचा निरोप सांगणे, ही गोष्ट आइन्स्टाइनचा सापेक्षतेचा सिद्धान्त समजून घेण्यापेक्षा मला अवघड वाटत होती, याचे मूळ माझ्या या स्वभावसिद्ध दुबळेपणातच होते.

मी मनात म्हणत होतो, या वेळी दुकानात खूप गिऱ्हाइकं असतील. त्यांच्यासमोर दुकानदाराला 'तुमचं लोणी चांगलं नव्हतं' असं सांगणं म्हणजे त्याचा अपमान करण्यासारखं होईल. सकाळच्या वेळी आम्हा दोघांना पूर्ण एकांत मिळावा, म्हणून एकही गिऱ्हाईक दुकानाकडे फिरकणार नाही, असे कसे घडेल? तसले एकांत नाटके-कादंबऱ्यांत आढळतात आणि तेही फक्त नायक-नायिकांनाच लाभतात. शिवाय ज्या लोण्याचं तूप आम्ही खाऊन संपविले होते ते चांगले नव्हते, असे म्हणून कोळसा उगाळीत बसण्यात फायदा तरी काय

होता? 'गतम् न शोचेत्', 'गेलं, ते गंगेला मिळालं', इत्यादी म्हणी काय पिढ्यान् पिढ्या उगीच लोकांच्या तोंडी घोळत राहिल्या आहेत?

या सर्व आपत्तींतून सुटण्याचा एक सोपा मार्ग होता. दुकानदाराला काही बोलायचे नाही. त्याला अवाक्षराने दुखवायचे नाही. घरी आल्यावर बायकोने विचारले, तर (आणि ती विचारणारच अशा बाबतीत बायकांची स्मरणशक्ती फार तीव्र असते.) 'तुझा निरोप जसाच्या तसा सांगितला' म्हणून एक चांगली लोणकढी थाप ठोकून द्यायची. अशा थापा मारल्याशिवाय का आपल्यासारख्यांचा या जगात निभाव लागणार आहे? माणसाने थापा मारण्यात काही कमीपणा मानण्याचे मुळीच कारण नाही. आजच्या जगातला तो एक प्रतिष्ठित व्यवसाय आहे! शस्त्रसंन्यास परिषदेच्या जगप्रसिद्ध वृद्ध सभासदापासून चोरून प्रेम करणाऱ्या तरुण पोरीपर्यंत बहुतेक लोक थापा मारल्याशिवाय दुसरे काय करीत असतात?

दुकानदाराशी मागच्या लोण्याबाबत चकार शब्द काढायचा नाही, या निर्णयाने माझा जीव भांड्यात पडला. पण तो क्षणभरच! लगेच इंग्रजी पाचवीपासून माझी पाठ पुरवीत आलेला तो श्लोक आठवला : 'सत्यं ब्रूयात प्रियं ब्रूयात!' खरे बोलावे आणि गोड बोलावे!

आली का पंचाईत! बायकोशी खरे बोलायचे म्हटले, तर दुकानदाराचे मन दुखवावे लागते. त्याला नाराज करायचे नाही म्हटले तर पत्नीशी प्रतारणा करावी लागते. 'बायकोशी अशा रीतीने केलेली फसवणूक हे संसाररथाच्या चाकांचे वंगण आहे.' हे प्रो. धोंडोपंत बर्वे यांचे 'स्मृतिलहरी'तले मत माझ्या मदतीला धावून आले. पण त्याने माझे काही केल्या समाधान होईना. अशा साध्या गोष्टीत बायकोशी खोटे बोलायचे? छे, अगदी अशक्य आहे ते! मग स्वप्नात राज्यदान करणाऱ्या हरिश्चंद्रापासून राघोबादादाला देहान्त प्रायश्चित्त सुनावणाऱ्या रामशास्त्र्यांपर्यंत सर्व सत्य-पूजकांची आपण आजपर्यंत मनातल्या मनात पूजा करीत आलो, ती कशासाठी? बायकोला फसविण्यापेक्षा जिवाचा धडा करून दुकानदाराला तिचा निरोप सांगावा आणि मनावरला हा विचित्र भार हलका करावा, हे बरे!

दुकान जसजसे जवळ येऊ लागले, तसतशी कुरुक्षेत्रावर अर्जुन कसा किंकर्तव्यमूढ झाला असेल, याची मला स्पष्ट कल्पना येऊ लागली? दुकानाच्या पायऱ्या चढताना तर मी चोहीकडे व्याकूळ दृष्टीने पाहिले. पण या संकटातून मला पार पाडू शकेल, असा श्रीकृष्ण कुठेच दिसेना.

मी मुकाट्याने दुकानदाराकडे दोन शेर लोणी मागितले. दुकानदार लोण्याचे

वजन करू लागला. त्याची नजर माझ्याकडे नाही, असे पाहून नाटकातल्या पात्राने स्वगत भाषण करावे, तसे मी म्हटले,

'मागच्या खेपेचं लोणी नेहमीसारखं उतरलं नाही, असं काहीतरी वहिनी म्हणत होत्या.'

दुकानदार मान वर करून माझ्याकडे रोखून पाहू लागला.

मी चटकन पुढे बोलून गेलो,

'पावसाळ्यातल्या चाऱ्यामुळं तसं झालं असेल!'

तो हसून उत्तरला,

'हा! बरोबर बोललात. आता हे लोणी कसं उतरतं, बघा... अगदी फस्क्लास!'

१९५७

♥

१६

आत्मचरित्रे

पुस्तके आणि पेये यांच्यात फार साम्य आहे, असे मला नेहमीच वाटते. सकाळचा चहा वेळेवर मिळाला नाही, तर आपल्याला क्षणोक्षणी कसे चुकल्यासारखे होते. अगदी याच मनःस्थितीचा अनुभव झोपताना पुस्तकांच्या बाबतीतही मला येतो. उभ्या दिवसात तास-दोन तासांची सवड मिळून कुठल्याही नव्या पुस्तकाची पाच-पन्नास पाने माझ्या हातून वाचून झाली असली, म्हणजे अंथरुणावर पडताच मोठ्या प्रसन्न मनाने मी झटकन झोपी जातो. तोंडात चॉकोलेट चघळत बालकाने पाळण्यात निजावे ना? अगदी तस्सा! वाचलेला मजकूर मला आवडला नसला, तरी चालते. पण मनाला स्वंथ करायला काहीतरी हवे असते. ते त्या वाचनातून मला मिळते.

एखादे दिवशी निरनिराळ्या कामाच्या धांदलीत कुठलेही पुस्तक उघडायला वेळ मिळाला नाही, तर रात्री दहा-साडेदहापर्यंत मला त्याचे काही वाटत नाही. मात्र अंथरुणावर अंग टाकले, की मला पुस्तकांची आठवण होऊ लागते. कापूसकाड्यांनी बनविलेल्या इवल्याशा घरट्यातून चिमणीच्या पिलाने बाहेर डोकावून पाहावे, तसा माझ्या मनाचा चाळा सुरू होतो. कुणालाही सांगता न येण्यासारख्या लहानसहान असंख्य सुखदुःखांची सहभगिनी असलेली माझी मऊ मऊ उशी मला रुतू लागते... अगदी नकोशी होते. एखाद्या दगडावर डोके टेकून आपण झोपलो आहो, असे वाटून मी ताडकन उठून बसतो. अकरा वाजायला आले असले, तरी अर्धा

तास का होईना वाचीत बसावे; अशी तीव्र इच्छा माझ्या मनात उत्पन्न होते. एकीकडे शिणलेले शरीर निद्रेच्या बाहुपाशात जाण्याकरिता धडपडू लागते. दुसरीकडे असंतुष्ट मन त्या पाशातून मुक्त होण्याकरिता धडपडत असते. मन आणि शरीर यांच्या झगड्यात बहुधा शरीराचाच विजय होतो.

पण अशा स्थितीत माझे शरीर अंथरुणावर झोपले असले, तरी मन निरनिराळ्या आवडत्या पुस्तकांमधून भ्रमत राहते. उत्तररामचरिताचे प्रयोग मराठी रंगभूमीवर कधी काळी झाले आहेत की नाही, हे मला ठाऊक नाही. ते करुणोदात्त नाटक कुठल्याही कंपनीने केलेले काही मला आठवत नाही. पण त्याच्या पहिल्या अंकाचे प्रयोग स्वप्नसृष्टीतल्या रंगभूमीवर माझ्या मनाने अनेकवार पाहिले आहेत. त्यातल्या अनेक रम्य दृश्यांचा मला कधीच विसर पडणार नाही. ती झुळझुळ वाहणारी पुण्यसलिला गोदावरी, ती निसर्गसुंदर पंचवटी, एखाद्या बालतपस्विनीप्रमाणे भासणारी ती पर्णकुटिका, तिच्या अंतरंगात चाललेली सीतारामांची ती मधुर कुजबुज... जागेपणीसुद्धा हे चित्र अनेक वेळा माझ्या डोळ्यांपुढे उभे राहते.

ऋतुमानाप्रमाणे किंवा दिवसातल्या विविध वेळांप्रमाणे आपण निरनिराळी पेये घेत असतो. पुस्तकांचेही तसेच आहे. थंडीच्या दिवसांत सकाळी कुणी बर्फ घातलेले लिंबाचे सरबत घेईल का? पण तेच सरबत उन्हाळातल्या तिसऱ्या प्रहरी, चार-दोन घटकांच्या वामकुक्षीनंतर तगमगणाऱ्या शरीराला किती सुखकारक वाटते.

कादंबरी-वाचनाच्या बाबतीत मला नेहमी हाच अनुभव येतो. खूप खूप काम करण्याइतका उत्साह ज्यावेळी माझ्या अंगी असतो, त्यावेळी आदल्या दिवशी अपुरी राहिलेली एखादी चटकदार कादंबरी घेऊन ती वाचीत पडावे, असे मला कधीच वाटत नाही. काहीतरी लिहीत बसण्यात अथवा एखादे शास्त्रीय पुस्तक वाचून त्याची टिपणे करण्यात अशा वेळी मला आनंदाचा लाभ होतो. पण कामाने, हवेने अथवा आजाराने जेव्हा मी गळून जातो, तेव्हा मला कथा-कादंबऱ्यांखेरीज दुसरे काहीही रुचत नाही.

अलीकडे मनुष्याने दिवसा काव्य वाचू नये, अशा मताचा मी बनत चाललो आहे. पोलीसशिपाई जेव्हा गावात गस्त घालीत असतात, ती वेळ- म्हणजे रात्री अकरा ते पहाटे चार ही वेळ- काव्यवाचनाला फार उत्तम असते, असा माझा हल्लीचा अनुभव आहे. जातिवंत कवीच्या शब्दांचा नाजूकपणा, त्याच्या भावनांचा कोमलपणा आणि त्याच्या जीवनदर्शनातला सूक्ष्मपणा दिवसाच्या दंग्यात, धांदलीत आणि धबडग्यात आपल्या अंत:करणापर्यंत पोहोचूच शकत नाही. जिकडेतिकडे ढोल आणि नगारे यांचा धांगडधिंगा सुरू असताना एकतारीवर कुणी कितीही गोड

भजन आळवू लागला, तरी त्याच्याकडे लोकांचे लक्ष लागावे कसे?

कोणत्या वेळी काय वाचावे, या गोष्टीइतकाच कोणत्या वयात काय वाचावे, हाही महत्त्वाचा प्रश्न आहे. मात्र या प्रश्नाचे उत्तर सर्वस्वी आपल्यावर अवलंबून नसते, असे मला वाटते. लहानपणी मी 'अरबी भाषेतल्या सुरस आणि चमत्कारिक गोष्टी' मोठ्या आवडीने वाचीत असे. त्या गोष्टींतल्या चाळीस चोरांच्या वंशजांनी आज सारे जग पादाक्रांत केलेले दिसत असले, तरी त्यातला जादूचा दिवा मला आज कुठेच आढळत नाही. त्यामुळे त्या पुस्तकाविषयी मला आता पूर्वीइतके प्रेम वाटत नाही. मात्र त्यावेळी माझी जिवलग मैत्रीण असलेली इसापनीती अजूनही मला बाळपणीइतकीच आवडते.

इंग्रजी शाळेत गेल्यावर नाटके-कादंबऱ्यांच्या जोडीने मी चरित्रेही खूप वाचली. बाल्य आणि यौवन यांच्या मधल्या प्रदोष-कालात प्रत्येक मोठ्या मनुष्याचे चरित्र वाचताना त्याच्यातले कोणते कोणते गुण आपण अंगी आणायचे, याची मी यादी तयार करीत असे. किती सोपी आणि सहजसाध्य गोष्ट वाटत असे ती तेव्हा! पुढे योग्य वेळी त्या ग्रंथमालिकेत शोभेल, असे आपलेही एक जाडजूड चरित्र प्रसिद्ध होणार आहे, अशी तेव्हा माझी बालंबाल खात्री होती. त्यामुळे प्रत्येक मोठ्या मनुष्याच्या बाळपणाशी मी माझ्या लहानपणाची तुलना करून पाही आणि दोन्हींत कुठेतरी साम्य आढळले, की माझा आनंद गगनात मावेनासा होई.

माझ्या वयाच्या आठव्या-नवव्या वर्षी माझे वडील अर्धांगवायूने आजारी पडले; त्या वेळेपासून गरिबीचे चटके कसे असतात, याची मला पुरेपूर कल्पना येऊ लागली. अशा स्थितीत बाराव्या वर्षी माझ्या हातात आगरकरांचे एक छोटे चरित्र पडले. त्यात त्यांच्याही वाट्याला आलेले भीषण दारिद्र्य पाहून मला काय विलक्षण आनंद झाला म्हणता! या एका साम्याच्या बळावर पुढे वर्षानुवर्षे मी आगरकर होण्याच्या स्वप्नात अगदी धुंद होऊन गेलो होतो.

आता ती धुंदी साफ उतरली आहे. मोठ्या लोकांची चरित्रे हल्ली मी क्वचितच वाचतो. महापुरुषांच्या पावलावर पाऊल टाकून आपला जीवनक्रम आखणे आणि तो पार पाडणे हे येरागबाळ्याचे काम नाही, हे मला आता अनुभवाने पटले आहे, हे तर खरेच. पण त्याशिवाय त्यावेळी मुळीच न कळलेली एक गोष्ट आता मी पन्नाशीच्या घरात आल्यामुळे माझ्या ध्यानात येऊन चुकली आहे. ती म्हणजे, माणसाचा मोठेपणा त्याच्या पावलांवर अवलंबून नसून, त्याचा उगम त्याच्या बुद्धीत, अंत:करणात, प्रतिभेत आणि प्रज्ञेत असतो, ही होय.

मात्र मी पन्नाशी गाठली आहे, यावरून आता मी वेदांताचे वाचन सुरू केले

असावे, असा जर कुणी कयास केला, तर तो सर्वथैव चुकीचा ठरेल. मला महर्षी वसिष्ठ, आद्य शंकराचार्य, लोकमान्य टिळक वगैरे श्रेष्ठ पुरुषांविषयी नितांत आदर आहे. वसिष्ठांची सात्त्विकता, शंकराचार्यांचे वैराग्य आणि टिळकांचे वीरत्व या गोष्टी मला नेहमीच वंद्य वाटतात. पण एवढ्यावरून माझ्या पुस्तकांच्या कपाटात योगवसिष्ठ, शांकरभाष्य, गीतारहस्य वगैरे ग्रंथ जर कुणी शोधू लागला, तर त्याची फार निराशा होईल. शांकरभाष्य शोधता शोधता त्याच्या हाताला डोरोथी पार्करच्या कवितांच्या चुटक्यांचे पुस्तक लागेल आणि त्यातल्या खालील कवितेवर 'जी' असा एकाक्षरी इंग्रजी शेरा मारून मी तिची स्तुती केलेली पाहून तर तो चकितच होईल! या दोन कडव्यांच्या कवितेचे नाव आहे : 'स्त्रीमन.' पहिल्या कडव्यात ही स्त्री म्हणते :

'मी जेव्हा रोममध्ये असते, तेव्हा मातृभूमीच्या दर्शनाकरिता माझे ओढाळ मन कसे आतुर होते. पण मी घरी परत आले, की मला रोमची राहून राहून आठवण होऊ लागते... तिकडे परत जाण्याकरिता माझा जीव तळमळू लागतो.'

पुढे दुसऱ्या कडव्यात ती आपल्या प्रियतमाला म्हणते,

'जिवलगा, तू जवळ असलास, म्हणजे मला तुझा कंटाळा येतो. तुझ्या सहवासातला क्षण मला प्रहरासारखा वाटू लागतो. पण मला सोडून तू दूर गेलास, म्हणजे माझे हृदय तुझ्यासाठी हुरहुरत सुटते. तुझ्या विरहाचा प्रत्येक क्षण मला युगासारखा भासतो. प्रियकरा, हे असं का होतं रे? प्रीतीची रीत अशी उफराटीच असते काय?'

पन्नाशीत या चुटक्यावर खूश असणाऱ्या मनुष्याच्या संग्रही उपनिषदे तर सोडाच, पण मनाचे श्लोकसुद्धा सापडण्याचा संभव नाही, हे काय मी मुद्दाम सांगायला हवे? पण याचा अर्थ मी अजून ऐन पंचविशीला शोभणारेच वाङ्मय वाचीत राहिलो आहे, असा मुळीच नाही.

माझ्या कुणाही मित्राच्या चटकन लक्षात येईल, असा एक मोठा फरक अलीकडे माझ्या ग्रंथसंग्रहात पडला आहे. त्यामुळेच तर परवा माझा एक जिगरदोस्त सपशेल फसला. माझी अतिशय आवडती पुस्तके मी नेहमी एका निराळ्या कपाटात ठेवतो, हे त्याला पूर्वीपासून ठाऊक आहे. परवा चार दिवस तो आमच्याकडे राहायला आला, तेव्हा ते कपाट उघडीत तो मला म्हणाला,

"आगरकर, कोल्हटकर, गडकरी ही तुझी पहिली दैवतं होती; मग तिथं इब्सेन, चेकॉव्ह आणि टर्जीनिव्ह यांची स्थापना झाली. त्या देवांचा काळ संपल्यावर झ्वाइग, कॅपेक, जिब्रान यांच्या प्रतिष्ठापनेचा समारंभ पार पडला. मोटारीचं लेटेस्ट मॉडेल असतं ना, तसा तुझा अगदी १९४७ चा आवडता लेखक कोण आहे, हे

पाहण्याकरिता मी हे कपाट उघडतोय.''

त्याला अवाक्षरानेही उत्तर न देता मी स्वस्थ बसलो.

पाच-दहा मिनिटे सारी पुस्तके चाळून तो एकदम माझ्याजवळ आला आणि माझ्या पाठीवर थाप मारीत म्हणाला,

''तू सध्या काय लिहितोयस, ते ओळखलं मी!''

''मोठा मनकवडा आहेस म्हणायचा तू!'' मी हसत हसत उत्तर दिले.

''ते काही का असेना, तू आत्मचरित्र लिहायला सुरुवात केली आहेस.''

''अहं!'' मी हसत उत्तरलो, ''आत्मचरित्र लिहायला मनुष्य मोठा असावा लागतो... निदान आपण कुणीतरी मोठे गृहस्थ आहोत, असा भ्रम तरी त्याला उत्पन्न व्हावा लागतो. या दोन्ही गोष्टी माझ्यापाशी नाहीत.''

कपाटातून एकामागून एक पुस्तक काढीत आणि मला दाखवीत तो म्हणाला,

''मग ही 'स्मृतिचित्रे', या 'आमच्या आयुष्यातील आठवणी', हे झ्वाइगचं 'कालचं जग', हे इझाडोरा डंकनचं 'माझं जीवन', हे डेव्हिसचं 'एका अट्टल भटक्याचं आत्मचरित्र'... ही साठ-सत्तर आत्मचरित्रं गोळा करून आपल्या आवडत्या पुस्तकांच्या कपाटात तू कशाला ठेवली आहेस?''

''हे औषधांचं कपाट आहे गृहस्था, पुस्तकांचं नाही. प्रौढपणी शरीराप्रमाणे मनाच्याही तक्रारी सुरू होतात, त्या दूर करण्याकरिता...''

त्याला माझे बोलणे थट्टेचे वाटले. मी चोरून आत्मचरित्र लिहीत आहे, असा आरोप त्याने माझ्यावर ठेवायचा, तो ठेवलाच.

मी स्वस्थ बसलो. जगात काही काही आरोपांचा खोटेपणा सिद्ध करणे कठीण असते. मी त्याला सांगत होतो, ते खरे असले, तरी त्याची समजूत कशी घालायची, ते मला कळेना.

तीन-चार वर्षांपूर्वी आत्मवृत्तपर ग्रंथाविषयी मला विशेष असे प्रेम मुळीच वाटत नव्हते. त्यातली जी वाङ्मयगुणांच्या दृष्टीने विशेष चांगली अशी पुस्तके होती, त्यांचाच काय तो मी चाहता होतो. पण आत्मचरित्रांचा वाङ्मयापेक्षा जीवनाशी अधिक संबंध आहे आणि आयुष्याच्या उतरणीवर असलेल्या मनुष्याच्या मनाला जी शांती तत्त्वज्ञानाच्या ग्रंथांतूनसुद्धा प्राप्त होत नाही, ती आत्मचरित्रांच्या वाचनाने लाभते, असे जर त्यावेळी मला कुणी सांगितले असते, तर मी त्याची खास वेड्यात गणना केली असती.

पण अनुभवाशिवाय दुसऱ्यांना वेडे ठरविणारे बहुधा स्वतःच वेडे असतात, हा अनुभव याबाबतीत मला आला. गेल्या तीन-चार वर्षांत पन्नाशीच्या झुळका भराभर माझ्या अंगावरून जाऊ लागल्या. एखाद्या सरड्याचे रंग बदलावे, तसे फरक

माझ्यात पडू लागले. श्रीपाद कृष्ण कोल्हटकर माझ्या केसांच्या काळेपणाचे फार कौतुक करीत असत. काळिमासुद्धा गुण होऊ शकतो, असे ते विनोदाने म्हणायचे. पण ते काळे केस... शेतात मधूनमधून पांढरीशुभ्र कणसे दिसू लागावीत, तसे माझ्या डोक्याचे सध्याचे स्वरूप आहे. दाढी करायला मी बसलो, की हटकून या गोऱ्या गृहस्थांचे मला दर्शन होते. त्यांच्या बाबतीत 'चले जाव'ची चळवळ करण्याची कल्पनासुद्धा माझ्या मनात चमकून जाते. लगेच चिमट्याने पांढरे केस उपटणारा 'विद्याहरणा'तला मूर्ख शिष्यवर मला आठवतो. कलप लावणाऱ्या केसांचा कृत्रिम तुकतुकीतपणा किती विचित्र दिसतो, हेही माझ्या लक्षात येते. निसर्गापुढे मस्तक नम्र करणे हाच सर्वांत शहाणपणाचा मार्ग आहे, असे माझे मन म्हणते आणि माझ्या काळ्या केसांइतकाच पांढऱ्या केसांचाही मी दोस्त बनतो. उद्या मला टक्कल पडले, तरी टक्कल हे भाग्याचे लक्षण आहे, या जुन्या समजुतीवर विश्वास ठेवून त्याचे मी नि:शंकपणाने स्वागत करीन.

मात्र या पांढऱ्या केसांकडे पाहताना मनात जे दुसरे विचार उत्पन्न होतात, त्यांनीच मला हल्ली अधिक अस्वस्थ करून सोडले आहे. प्रत्येक पांढरा केस मला पांढऱ्या निशाणासारखा वाटतो. पांढरे निशाण हे शरणागतीचे चिन्ह असल्यामुळे माझ्या मनात येते, 'माझे शरीर मृत्यूला शरण जायला निघाले आहे. त्याकरिता ते ही निशाणं उभारीत आहे.' या पांढऱ्या केसांकडे पाहतापाहता लहानपणी वरचा नंबर मिळविण्याकरिता पाठ केलेली मोरोपंतांची 'कृतांतकटकामलध्वजजरा दिसो लागली' ही ओळ मला आठवू लागते. आता कुठे तिचा अर्थ मला पूर्णपणे कळतो. राहून राहून वाटते, आयुष्याचा ग्रंथ किती विचित्र आहे! पूर्ववयात आपण त्यातले नुसते शब्द वाचायला शिकतो... आणि या ग्रंथाचे सार आपल्याला पुरेपूर कळले आहे, अशा भ्रमात त्याच्यावर भाष्ये करू लागतो. पण त्यातल्या एकेका शब्दाचा खराखुरा अर्थ पन्नाशीतच माणसाला कळू लागतो. काव्य, प्रेम, त्याग, सेवा, सौंदर्य, मृत्यू... असल्या एकेका शब्दाच्या मागे अनंत अनुभूतींची चित्रविचित्र विश्वे लपलेली असतात. हे मनुष्याला केव्हा कळते? तर काळ त्याच्या डोक्यावर पांढऱ्या केसांच्या रूपाने घणाचे घाव घालून हे ज्ञान त्यात ठोकून बसवू लागतो, तेव्हा!

मृत्यूचीच गोष्ट पाहा ना! माझ्या लहानपणी सांगलीत एक काबुली लोकांची टोळी आली होती. ती लहान लहान मुले पळवून नेते, असा त्यावेळी प्रवाद होता. त्यामुळे मृत्यू हा त्या टोळीतल्या एका क्रूर, धिप्पाड माणसासारखाच असला पाहिजे, अशी त्यावेळी माझी समजूत होऊन बसली होती.

पुढे कॉलेजात गेल्यावर मी जेव्हा मृत्यूविषयी विचार करू लागलो, तेव्हा

माझ्या डोळ्यांपुढे एकच चित्र उभे राही.

एका रमणीय उद्यानातल्या लताकुंजात एक युवक आणि एक युवती एकमेकांच्या बाहुपाशात प्रथमच बद्ध होऊन बसली आहेत. त्या पहिल्यावहिल्या आलिंगनाच्या अमृतलहरींनी त्यांचे देह महिरून गेले आहेत. वल्लभेचे मुख वर करून तिचे चुंबन घेण्याचे भानसुद्धा त्या युगुलातल्या रमणाला राहिलेले नाही.

थोड्या वेळाने एक फुलपाखरू भ्रमत भ्रमत त्या कुंजात येते आणि त्याच्या प्रियतमेच्या केशपाशावर बसते. हिऱ्यामोत्यांचा हा नवा अलंकार आपल्या प्रियतमेच्या केशकलापात कुणी खोवला, हे पाहण्याकरिता वल्लभ आपल्या समाधीतून जागा होतो.

त्याच्या हाताचा स्पर्श होताच ते फुलपाखरू उडून जाते. तो स्वत:शीच हसतो आणि चुंबन घेण्याकरिता तिची हनुवटी वर उचलू लागतो. इतक्यात निरभ्र निळ्या आकाशातून वीज कडकडत खाली येते आणि लताकुंजातल्या त्या प्रणयी युग्माला दग्ध करून टाकते.

मृत्यूविषयी मनुष्याच्या कल्पना अशा दशकादशकाने बदलत असतात. त्यामुळे पन्नाशीची झुळूक लागून डोक्यावरले केस पांढरे होऊ लागताच जेव्हा मी मृत्यूचा विचार करू लागलो, तेव्हा तो अगदीच निराळ्या स्वरूपात माझ्यापुढे प्रगट झाला. मृत्यू हा क्रूर पठाण नाही, गुप्त मारेकरी नाही, संभावित याचक नाही किंवा लुच्चा सावकार नाही. तो जगातला सर्वांत मोठा, पण सर्वांत लहरी असा अतिथी आहे. गेल्या दोन-तीन वर्षांत ही कल्पना माझ्या मनात अगदी दृढमूल होऊन गेली आहे. एखाद्या मध्यरात्री त्याची अस्पष्ट चाहूल मला ऐकू येते; नाही असे नाही. आज ना उद्या हा स्वच्छंदी, पण स्थितप्रज्ञ अतिथी आपले दार ठोठावणार, याची जाणीव मला होते. त्याचे स्वागत करण्याकरिता हसतमुखाने आपण दाराकडे धावले पाहिजे, असे मी मनाला बजावतो. लगेच मन म्हणते, नुसत्या स्मिताने अतिथीचा सत्कार होत नाही. त्याला आवडणारे पदार्थ आपण त्याच्यापुढे ठेवले पाहिजेत. मी मनाशी विचार करू लागतो... मृत्यूला काय आवडत असेल? सिकंदरापेक्षा बुद्धाला अधिक वंद्य मानणाऱ्या या अतिथीला प्रसन्न करायचे म्हणजे...

शरमेने मी माझी मान खाली घालतो. मृत्यूच्या ताटात वाढण्याजोगे एकही पक्वान्न मी पन्नास वर्षांत तयार करू शकलो नाही, म्हणून माझा मलाच राग येतो. साहजिकच माझे सारे अवगुण शतगुणित होऊन माझ्या डोळ्यांपुढे उभे राहतात. हा माझ्या अंगी असलेला राग... हा पोरकट आळस... तो अंध उन्माद... हा मूर्ख मत्सर... तो खुळा मोह... या प्रत्येक अवगुणाची आयुष्यातली उदाहरणे आठवून माझे मन उदास होऊन जाते. आपण व्यर्थ जन्माला आलो, पन्नास पावसाळे पाण्यात कागदी होड्या सोडीत एखाद्या लहान मुलाप्रमाणे आपण खेळत बसलो,

ही रुखरुख माझ्या मनाला असह्य होते. जीवनाच्या विफलतेचे शल्य माझ्या हृदयात तीव्रतेने सलू लागते.

आत्मचरित्रात केवढी संजीवनी भरलेली असते, याचा अनुभव अशा मन:स्थितीतच एके दिवशी मला आला. त्या दिवशी माझ्या हातून झालेल्या एका गोष्टीबद्दल राहून राहून मला वाईट वाटत होते. एक तर बायकोवर मी खूप रागावलो होतो... आणि रागाच्या भरात एक अतिशय गैर शब्द माझ्या तोंडातून बाहेर पडला होता. तो शब्द निखाऱ्यासारखा माझ्या मनाला चटके देत होता. माझ्या तोंडातून तो बाहेर पडला तरी कसा, याचे माझे मलाच पुन:पुन्हा नवल वाटत होते. फार पूर्वीची एक आठवण होऊन तर...

माझ्या लग्नानंतर थोड्या दिवसांनी एका नामांकित ज्योतिषाने माझी जन्मवेळ मुद्दाम मागून घेऊन मला जी पत्रिका तयार करून पाठविली होती, तिच्याविषयीची ही आठवण होती. ती पत्रिका माझ्या हातात पडल्यापासून पुढे कितीतरी दिवस मी मनाच्या विलक्षण तगमगीत घालविले. त्या भास्कराचार्यांनी पत्रिकेत मला लवकरच द्विभार्यायोग आहे, असे चक्क लिहिले होते. पहिली बायको जिवंत असूनही द्विभार्यायोग असणारे पुरुष जगात नसतात, असे नाही; पण मी त्या पंथापैकी नाही, अशी माझी खात्री असल्यामुळे या भविष्याचा अर्थ माझ्या दृष्टीने एकच होत होता. तो म्हणजे पत्नी लवकरच मृत्यू पावणार, हा होय. फलज्योतिषावर फारसा विश्वास नसूनही या भविष्याने मला अगदी अस्वस्थ करून सोडले. ते वाचल्यापासून मी पुन:पुन्हा माझ्या बायकोच्या तोंडाकडे पाही आणि मनात म्हणे,

'आज ही इथं माझ्यासमोर उभी आहे. पण उद्या...'

मी असा टक लावून पाहू लागलो, म्हणजे ती म्हणायची,

'असं पाहत काय राहता एकसारखे? लोक काय म्हणतील तुम्हाला?'

त्या महिना-पंधरा दिवसांत मी जे वेडे चाळे केले, त्यांना फक्त 'विक्रमोर्वशीय' नाटकाच्या चौथ्या अंकातच तोड मिळेल. त्या नाटकाचा नायक राजा पुरूरवा आपल्या प्रियतमेला शोधण्याकरिता रानावनात भटकत असतो. तो हंसाला म्हणतो,

'तू उर्वशीची गती चोरली आहेस. त्या अर्थी ती तुझ्यापाशीच असली पाहिजे. बऱ्या बोलानं माझी सखी परत कर, नाही तर...'

भ्रमरालाही तो अशीच काहीतरी तंबी देतो.

त्यावेळी मीही नकळत या राजाचे अनुकरण करीत होतो. सावित्रीने सत्यवानाचे प्राण परत आणले, तसे आपल्यालाही काही करता येईल की काय, हे पाहण्यापर्यंत माझी त्या दिवसांत मजल गेली होती.

जिच्यावर माझे इतके प्रेम होते, त्याच बायकोवर मी दुर्वासासारखे रागवावे

आणि तिच्या वर्मी लागतील, असे शब्द उच्चारावे, ही किती विचित्र गोष्ट होती. पण ती माझ्या हातून त्या दिवशी घडली होती खरी! तो सारा दिवस या प्रसंगामुळे मी स्वत:वर चिडून गेलो होतो. रात्री अंथरुणावर जाऊन पडलो... पण काही केल्या झोप येईना. रागारागाने मी उठलो आणि टेबलावर जी नवी पुस्तके ठेवली होती, त्यातले एखादे चाळीत बसावे, म्हणून मी तिकडे गेलो. वरच सौ. बाया कर्वे यांचे 'माझे पुराण' होते. महर्षी कर्व्यांच्या पत्नीच्या या आत्मवृत्तात आपल्याला ठाऊक नसलेले त्यांच्या जीवनातले अधिक उदात्त प्रसंग पाहायला मिळतील, या कल्पनेने मी ते पुस्तक चाळू लागलो. चाळता चाळता बहात्तर पानावरल्या पहिल्या ओळीकडे सहज माझी नजर गेली, 'नाही म्हणायला कर्व्यांना एकच खोड आहे आणि ती म्हणजे तुपाची!' हे वाक्य वाचून मोठी गंमत वाटली मला! एवढा हा त्यागी, संयमी, सेवाशील, धीरगंभीर, महापुरुष! पण त्यालाही एक खोड आहे, हे वाचून मला थोडे बरे वाटले. ती खोड म्हणजे काही बुद्धीची अथवा भावनेची लहर नव्हे; तर जिभेचा म्हणा अथवा नाकाचा म्हणा, हट्ट आहे. मी मोठ्या उत्सुकतेने पुढचा मजकूर वाचू लागलो, 'त्यांना तूप साजूक असेल, तर थोडेसे चालते. वाशेळे असले, की अगदी डोके फिरून जाते त्यांचे. एकदा मी चुकून जास्त तूप वाढले. म्हटले, जरा जाऊ दे यांच्या पोटात. पण भात कालवून घास घेण्याच्या आतच ते ओरडले, 'दगडे, म्हारणी, किती तूप वाढलेस हे?' चोरून चुकवून त्यांच्या पोटात अन्न जावे, म्हणून मी धडपडे व असे ओरडून घेण्याचे प्रसंग बरेच वेळा येत. कर्व्यांच्या तोंडात 'दगडे' व 'म्हारणी' हेच सर्वांत वाईट शब्द! याखेरीज दुसरी कोणतीही शिवी मी आजपर्यंत त्यांच्या तोंडून ऐकली नाही.'

त्या आत्मचरित्रातला एवढा मजकूर मी वाचला मात्र! दिवसभर कोंडमारा झालेल्या माझ्या मनाला कसे एकदम मोकळे वाटू लागले. मी पुस्तक मिटवून लगेच अंथरुणावर जाऊन पडलो. हा हा म्हणता मला झोप लागली.

वरील हकिकत वाचल्यापासून मला कर्व्यांविषयी वाटणारा आदर कमी झाला आहे, असे मुळीच नाही. उलट, त्या आदराला आपुलकीची जोड मिळाली आहे. पूर्वी मला त्यांच्या त्यागाची, सेवेची आणि संयमाची एक प्रकारची भीती वाटे. ते नुसते देव आहेत असे मनात येई. सौ. बायाने वर्णन केलेल्या या प्रसंगामुळे ते जसे देव आहेत, तसेच माणूसही आहेत, हे मला कळून चुकले. त्यामुळेच ते मला अधिक जवळचे वाटू लागले.

चरित्रात माणसाचे मोठेपण हरतऱ्हेने वर्णन केलेले असते. त्या मोठेपणाला बाध येईल की काय, या शंकेनेच अनेक चरित्रकार आपले नायक ही माणसे होती,

हे सांगायला सोयीस्करपणे विसरतात. चरित्रात मनुष्याची उज्ज्वल बाजू तेवढी अधिक रंगविली जाते. काव्यात भावनांच्या उत्कटतेवर फाजील भर दिला जातो. कथा-कादंबऱ्यांत निवडक माणसे व त्यांच्या निवडक कृतीच रंगविल्या जातात. त्यामुळे हे सारे वाङ्मय आत्मचरित्राच्या मानाने कृत्रिम ठरते. साहित्याच्या कुठल्याही विभागापेक्षा आत्मचरित्रात मनुष्य हा मनुष्य म्हणून आपल्यापुढे उभा राहतो. इतकेच नव्हे, तर असामान्य व्यक्तींचे काही गुणविशेष वगळल्यास ती माणसेच असतात, अशी खात्री होऊन सामान्य माणसांना आपल्या वैगुण्याकडे उजळ माथ्याने पाहण्याचा धीर येतो. गायत्री मंत्राचा द्रष्टा असलेला विश्वामित्र महर्षी हा रस्त्यावरल्या भिकाऱ्याचा कधीच स्नेही होणार नाही. पण दुष्काळात चांभाराच्या घरी चोरून शिरून तिथे पडलेली कुत्र्याची तंगडी चघळणारा विश्वामित्र हा दुनियेतल्या हरएक सामान्य व्यक्तीचा मित्र होऊ शकतो. 'वॉर अँड पीस' किंवा 'ॲना कॅरेनिना'सारख्या प्रचंड व प्रभावी कादंबऱ्या लिहिणाऱ्या टॉलस्टॉयविषयी कचेरीतल्या कारकुनाला जिव्हाळा वाटण्याचा फारसा संभव नाही. पण विषयलोलुपता हा माणसाचा मोठा दोष आहे, हे कळत असूनही साठी उलटल्यावर, नव्हे सत्तरीकडे झुकल्यावरही, पत्नीकडून शरीरसुखाची अपेक्षा करणारा टॉलस्टॉय हा जगातल्या प्रत्येक सामान्य जिवाला आपला जिगरदोस्त वाटतो. असल्या गोष्टी चरित्रात आणि इतिहासात कुणी सहसा नमूद करीत नाही. त्या फक्त आत्मचरित्रातच आपल्याला आढळतात. आत्मचरित्राचे मोठेपण यातच आहे. त्यातले जीवन प्रसंगी सुंदर नसेल, पण ते सत्य असते.

म्हणूनच हल्ली माझ्या मनात येते... जगातले सर्व प्रचलित कायदे नाहीसे करावेत आणि त्यांच्या जागी रूसो, गांधी, कर्वे, झ्वाइग, टॉलस्टॉय, इझाडोरा डंकन इत्यादिकांच्या आत्मचरित्रांची स्थापना करावी. न्याय-अन्यायांचे आणि पापपुण्याचे सर्व निर्णय या आत्मचरित्रांच्या आधाराने देण्यात यावेत. असे झाले, तरच जग सुखी होण्याचा संभव आहे.

१९४९

१७

पाच मिनिटे आणि एक तरुणी

प्रचलित शिक्षणक्रमात कोणकोणत्या सुधारणा कराव्यात, यासंबंधी भारत सरकार सध्या जोरजोराने विचार करीत आहे. याबाबतीत सभा, समित्या, साक्षी, संमेलने वगैरे सर्व परंपरागत विधी यथासांग पार पडतीलच. पण ही सुधारणा समिती माझ्यासारख्या सामान्य मनुष्याची साक्ष सहसा घेणार नाही, म्हणून मीच तिला एक पत्र पाठवून दोन महत्त्वाच्या सूचना करणार आहे. त्यातली पहिली, प्रत्येक भारतीय भाषेतल्या क्रमिक पुस्तकात 'छत्रीचे उपकार' या कोल्हटकरांच्या कवितेचा समावेश अवश्य केला पाहिजे, ही होय. त्याशिवाय देशाची सुधारणा होणे अगदी अशक्य आहे.

या कवितेचा प्रारंभच किती वास्तव आहे, ते पाहा. तेहेतीस कोटी देवांच्या बायका या व्याकरणाच्या दृष्टीने देवी आहेत, हे कवीला मान्य आहे. पण अहोरात्र अमृत पिणाऱ्या आणि नंदनवनातल्या महिला मंडळात नवरे मुठीत कसे ठेवावेत, या विषयाचा काथ्याकूट करणाऱ्या या स्त्रियांत जिची पूजा करावी, अशी एकही देवता कवीला दिसत नाही. तो म्हणतो, 'या जगात खरी देवता एकच आहे- ती म्हणजे छत्री.' साहजिकच तो गाऊ लागतो :

छत्री गे, मानितो तुला मी
माझि खरी माउली
कृपेची करिसि बरी साउली

या नमनानंतर छत्रीमाता मानवावर करीत असलेले

अगणित उपकार कवीने सविस्तर वर्णन केले आहेत. ते वर्णन मला पावलोपावली पटते.

छत्री ही माझी घराबाहेरची कायमची सहचारिणीच आहे म्हणानात! कविमंडळी कधीकधी कवितेला माता मानतात, कधीकधी पत्नी समजतात. त्यातलाच माझा हा छत्रीचा प्रकार आहे. कधी हात हातात घेऊन, तर कधी डोक्यावर बसून छत्री माझ्यावरले आपले उत्कट प्रेम व्यक्त करीत असते. तिचे प्रेमळ छत्र माझ्या डोक्यावर नसते, तर उन्हाळ्यात ऊन लागून किंवा पावसाळ्यात न्यूमोनिया होऊन एव्हाना मला कैलासावरच्या नागरिकाचे सर्व अधिकार प्राप्त झाले असते.

पुण्यापासून उज्जैनपर्यंतच्या अनेक जुन्या वाड्यांतले अंधारी जिने उतरूनही माझे हातपाय अद्यापि शाबूत आहेत आणि कोल्हापुरातल्या गेल्या वीस वर्षांच्या वास्तव्यात रस्त्यावरून अनिर्बंध संचार करणाऱ्या असंख्य म्हशींपैकी एकीचेही शिंग अजून माझ्या पोटात गेलेले नाही, याचे श्रेय मी माझ्या छत्रीलाच देतो. नको असलेली माणसे- यात कुठल्या तरी खऱ्याखोट्या संस्थेसाठी भररस्त्यात देणगी मागणाऱ्या गृहस्थापासून प्राथमिक शाळेत उन्हाळ्यानिमित्त आणलेल्या माठाचे उद्‌घाटन करण्याकरिता बोलवायला येणाऱ्या सज्जनापर्यंत सर्वांचा समावेश होतो- टाळण्याचा सर्वांत सुलभ उपाय म्हणजे छत्री! ती उघडली की, आठवड्याच्या बाजारातसुद्धा स्वतःचे एक निराळे जग निर्माण होते. जिथे कुणीही प्रवेश करू शकत नाही, असे कविकल्पनेचे एक जग असते ना? अगदी तस्से! मात्र ही नको असलेली माणसे एखादे वेळी बसमध्येसुद्धा अचानक भेटतात. शिवाजीने शाहिस्तेखानावर घातलेला छापा इतिहासप्रसिद्ध आहे. त्याच पद्धतीने ती आपल्यावर हल्ला चढवितात. म्हणून बस, विमान, आगगाडी वगैरे वाहनांतदेखील छत्री उघडण्याची परवानगी असावी, असे मला मनःपूर्वक वाटते. त्यामुळे नेत्रवैद्यांच्या धंद्यालाही बरकत होईल.

'छत्रीचे उपकार' ही कविता सर्व क्रमिक पुस्तकांत असावी, असे मी म्हणतो याचे कारण मात्र इतके गहन नाही. ते अगदी सीधेसाधे आहे. ऊन आणि पाऊस यांच्यापासून स्वतःचे रक्षण करण्याचे छत्री नावाचे एक साधन जगात उपलब्ध आहे, याचा हल्लीच्या तरुण मंडळींना विसर पडत चाललेला दिसतो. माझा कालचाच अनुभव पाहा ना! सात-वीसची बस गाठण्याकरिता छत्रीसह मी घराबाहेर पडलो. आभाळ भरून आले होते. तेव्हा तिची गरज होतीच. बसस्टँडवर एक सुखवस्तू तरुणी- ती सुंदर नव्हती, हे आरंभीच सांगितलेले बरे- उभी होती. सुंदर दुपट्यात गुंडाळलेले चार-सहा महिन्यांचे मूल घेऊन ती बसची वाट पाहत होती.

आकाशाला कुणी कवीची उपमा दिली आहे की नाही, हे मला ठाऊक नाही. पण जगातल्या साऱ्या कवींचा लहरीपणा त्याच्यात एकवटला आहे, असे मला

वाटते. त्याला केव्हा, कोणता 'मूड' येईल, हे सांगता येणार नाही. पावसाळ्यात तर क्षणाक्षणाला त्याची लहर बदलत असते. मी बसस्टँडवर पोहोचून मिनिट, अर्धं मिनिट झाले असेल, नसेल! एकदम झिमझिम पाऊस पडू लागला. मी त्या तरुणीकडे पाहिले. तिचे तान्हे बाळ भिजू लागले होते. पावसाचा रंग दिसत असतानाही घरातून बाहेर पडताना तिने छत्री बरोबर घेतली नव्हती. मला तिचा... तिचाच नव्हे, तर साऱ्या तरुण पिढीचा राग आला. उपयुक्त वस्तूसुद्धा या पिढीला लोढण्यासारख्या वाटू लागल्या आहेत. तिला कुठलेही बंधन नकोय. क्रांतीनंतर रशियात एक बाई मॉस्कोच्या रस्त्यातून हवी तशी नाचत चालली होती. रस्त्यावरून चालण्याचे सर्व नियम मोडणे हा तिच्या दृष्टीने स्वातंत्र्याचा अर्थ होता. त्या बाईच्या भुताने आमच्या तरुण पिढीला झपाटलंय की काय, देव जाणे!

ती तरुणी एकटीच असती, तर स्त्रीदाक्षिण्याच्या सर्व कल्पना बाजूला ठेवून पर्जन्यराजाचा तिच्याशी चाललेला अतिप्रसंग पाहत मी स्वस्थ उभा राहिलो असतो. पण पाऊस पडत असताना आपण छत्री उघडून उभे राहावे आणि शेजारीच एक तान्हे मूल पावसात भिजत असावे, हे काही केल्या मला बरे वाटेना. मी मुकाट्याने माझी उघडलेली छत्री त्या तरुणीपुढे केली. 'नको नको' म्हणत तिने ती घेतली. मी पावसात भिजू लागलो आणि थोडासा पश्चात्तापाने पोळू लागलो. तथापि, आज सकाळीच निरपेक्ष बुद्धीने आपण एक सत्कृत्य केले आहे, या भावनेच्या उदात्तपणामुळे भिजू लागलेल्या कपड्यांची आणि वाजू लागलेल्या थंडीची मी पर्वा केली नाही. मात्र जसजसा मी अधिक अधिक ओलाचिंब होऊ लागलो, तसतशी माझ्या परोपकारातली उदात्तता आणि मुसळधार पावसात प्रियकराला भेटायला जाणाऱ्या वसंतसेनेच्या चित्रणातली काव्यात्मता हळूहळू ओसरू लागली.

सुदैवाने मनुष्य निसर्गाइतका लहरी असत नाही... तितके लहरी होऊन त्याचे चालणारच नाही. त्यामुळे ड्रायव्हरसाहेबांनी बस वेळेवर सोडली. आपली सत्त्वपरीक्षा अधिक वेळ झाली नाही, म्हणून मीही मनात आनंदलो. त्या तरुणीने छत्री मिटवून अस्मादिकांच्या हातात दिली आणि गाडीत चढता चढता मागे वळून तोंडाचा चंबू करीत ती पुटपुटली,

'थँक्यू!'

लहानपणी मला चंबूचा आकार फार आवडत असे. घरात असलेला एकच एक चंबू जेवताना माझ्या पानापाशीच असला पाहिजे, असा हट्ट धरून मी वडील भावाशी अनेकदा मारामारी केल्याचे अजून मला आठवते. लहान मूल रुसले आणि अल्लड तरुणी संभ्रमित झाली, म्हणजे त्यांचे किंचित पुढे आलेले ओठ मोठे मोहक दिसतात, हेही मला मान्य आहे. पण उठल्यासुटल्या 'थँक्यू' करणाऱ्या

माणसांच्या तोंडाचा चंबू मात्र मला आवडत नाही.

भारत सरकारच्या क्रमिक पुस्तकात 'छत्रीचे उपकार' ही कविता समाविष्ट करणे जितके आवश्यक आहे, तितकेच आपल्या भावना भारतीय पद्धतीने व्यक्त करण्यात अधिक औचित्य आणि सौंदर्य आहे, हे स्पष्ट करणारा एखादा धडाही घालणे जरूर आहे.

या 'थँक्यू'चीच गोष्ट घ्या. गतवर्षी आमचे म.म. दत्तोपंत पोतदार रोमपत्तनाची यात्रा करून आले. त्या यात्रेत या 'थँक्यू'ने त्यांना असे भंडावून सोडले, की सांगून सोय नाही. चहा पिताना आपल्या पेल्यात साखर घेऊन ते भांडे शेजारच्या इसमाकडे सरकविले की तो म्हणणार, 'थँक्यू'! दुकानात जाऊन शर्टाची बटणे घेतली आणि त्याचे पैसे दिले, की ते घेता घेता दुकानदार तोंडाचा चंबू करून उद्‌गारणार, 'थँक्यू', 'ही बस कुठे जाते?' असे आपण एखाद्याला विचारले, तर त्याचे उत्तर कानावर पडताच आपण लगेच अदबीने म्हटले पाहिजे, 'थँक्यू'! माणसाने देवाचे नाव अष्टौप्रहर घ्यावे... रात्री झोपताना, पहाटे उठताना, दुपारी जेवताना, इतकेच नव्हे, तर मध्यरात्री स्त्रीपुरुषांनी विलाससुखात मग्न असतानासुद्धा ते घ्यावे... असा प्राचीन काळी आपल्याकडे एक संकेत होता. पश्चिमेकडून आलेले हे 'थँक्यू' प्रकरण त्यात मासल्याचे आहे. मधुचंद्राच्या पहिल्या रात्री दिलेल्या-घेतलेल्या प्रत्येक चुंबनाच्या वेळीसुद्धा 'थँक्यू' म्हणायची पाश्चात्त्य देशांत पद्धत आहे की काय, कुणाला ठाऊक!

ते काही असो. मी दिलेल्या छत्रीबद्दल त्या बसस्टँडवरच्या तरुणीने 'थँक्यू' म्हणायला नको होते. नुसत्या मानेने तिला माझा निरोप घेता आला असता. अशा सहजसुंदर मूक निरोपाने तिची कृतज्ञता अधिक चांगल्या रीतीने प्रकट झाली नसती का? अशिक्षित बायका परक्या पुरुषांशी बोलायला संकोचतात. तेव्हा आपणही सुशिक्षित आहो, हे सिद्ध करण्याकरिता ती 'थँक्यू' म्हणाली असेल; पण कृतज्ञता स्वभावत:च मुकी असते आणि ती बोलकी झाली, तरी तिने खास आपल्या अशा भाषेत बोलायला हवे. तरच ती अंत:करणाचा वेध घेऊ शकेल. 'बराय' एवढे म्हणून ती बसमध्ये चढली असती, तर तिच्या 'थँक्यू'पेक्षा ते शब्द मला शतपटींनी आनंददायक वाटले असते.

असे वाटण्याला तसेच कारण आहे. आपली स्वागताची, निरोप घेण्याची, अभिनंदनाची, आशीर्वादाची; इतकेच नव्हे तर दु:ख व्यक्त करण्याची पद्धतसुद्धा पाश्चात्त्यांपेक्षा सर्वस्वी भिन्न आहे. निरोप घेताना आपण 'गुडबाय' तर सोडाच, पण साधे 'जातो'सुद्धा म्हणत नाही; 'येतो' म्हणतो. वडिलांना पत्र लिहिताना 'माय डिअर फादर'चे रूपांतर 'प्रिय बाबा' असे करून भारतीय मनाचे समाधान कधीच होत नाही. 'तीर्थरूप बाबा' हे शब्द वापरले, की त्या संबोधनात काही निराळा

गोडवा उत्पन्न होतो. एखादा मनुष्य मेला, हे सांगतानादेखील आपण त्या दु:खद घटनेला काव्याची किंवा तत्त्वज्ञानाची जोड देतो. 'तो देवाघरी गेला' किंवा 'त्याला देवाज्ञा झाली' असे आपण म्हणतो. रस्त्यात कुणी तोंडओळख असलेला मनुष्य भेटला, तरी आपण 'कसं काय? बरं आहे ना?' असे त्याला विचारतो. इंग्रज मनुष्य असल्या तोंडओळखीचे स्वागत तोंड उघडून कधीच करणार नाही आणि प्रसंगी कुणी जीवश्चकंठश्च मित्र भेटला, तरी 'हाउ डू यू डू?' पेक्षा पलीकडचा शब्द त्याच्या तोंडातून बाहेर पडणार नाही.

पश्चिमेकडले हस्तांदोलन आणि आपला नमस्कार यात किती अंतर आहे. पाश्चात्त्य संस्कृतीत प्रदर्शनाचा भाग फार आहे. ती अबोलीच्या फुलासारखी आहे. उलट, सूचकता हा आपल्या संस्कृतीचा आत्मा आहे. ती प्राजक्ताच्या फुलासारखी आहे. तळहाताच्या उबेनेसुद्धा ती कोमेजून जाते. त्या तरुणीने बसमध्ये चढता चढता म्हटलेल्या 'थँक्यू'वर मी जो मनातल्या मनात चिडलो, तो याचमुळे. आपल्या भावनेचे तिने प्रदर्शन केल्यामुळे!

भारतीय भावनेला असली प्रदर्शने मुळीच आवडत नाहीत. ती स्वभावत:च कुलवधू आहे. तिने नट्टापट्टा करायचे ठरविले, तरी तो तिला जमणार नाही. मग नटीच्या कृत्रिम हावभावांचे अनुकरण तिला कसे साधणार? उलट, जो जो भावना अधिक गाढ, तो तो ती अधिक मुकी होते, असा आपला अनुभव आहे.

मागे माझे एक पितृतुल्य आप्त वारले. त्यांच्या मुलाची समजूत कशी घालावी, याचा मी खूप विचार केला. तत्त्वज्ञानाची अनेक सुंदर वाक्ये मनात तयार ठेवली. पण त्या मुलाला मी भेटायला गेलो, तेव्हा त्यातले एक वाक्यसुद्धा मला आठवेना. आम्ही दोघांनी क्षणभर एकमेकांकडे पाहिले. दोघांच्याही नजरा एकदम खाली वळल्या. लगेच मी त्याच्यापाशी जाऊन बसलो आणि त्याच्या खांद्यावर माझा थरथरणारा हात ठेवला.

जे मला तोंडाने बोलता आले नाही किंवा डोळ्यांनी सांगता आले नाही, ते त्या स्पर्शाने क्षणार्धात व्यक्त केले. पुढल्या क्षणी आम्ही दोघे मोकळेपणाने बोलू लागलो.

दु:खाप्रमाणे सुखातही हा अनुभव सदैव येतो. कवी कारे यांनी 'नि:स्तब्ध राहा आता, प्रणया' या ओळीने प्रारंभ होणारी एक मोठी सुरस कविता लिहिली आहे. ती कितीही वेळा वाचली किंवा ऐकली तरी माझी तृप्ती होत नाही, याचे कारण हेच आहे. त्या कवितेत काऱ्यांनी प्रणयाची जी उत्कट अनुभूती चित्रित केली आहे, ती चित्रपटांत आणि कादंबऱ्यांत आपल्याला सहसा दिसून येत नाही. आमच्या

चित्रपटातली पात्रे प्रेमात पडली, की ती अधिकच बडबड करू लागतात. 'प्रिये', 'प्राणनाथ', 'सजणा', 'साजणी' असल्या शब्दांशिवाय ती एक पाऊल पुढे टाकीत नाहीत. तिथे 'दिल' आणि 'दर्द' यांच्याशिवाय दुसरी बात आढळत नाही. तो दर्द सर्व रोगांचा राजा असतो आणि 'दिल'? त्याचे तर क्षणाक्षणाला कणाकणाएवढे तुकडे होत असतात. पण असल्या खोट्या, नाटकी, दिखाऊ, प्रेमाच्या दृश्यांकडून आपण कान्यांच्या कवितेकडे वळले, की मन कसे प्रसन्न होते. खरे प्रेम नकळत कसे मुके होते, याचे वर्णन करताना ते म्हणतात :

'मौन न हे, संगीतपरिणति
हृदयकलशिं हो स्वरजलभरती
उसव न आतां उद्‌गारांप्रति'

मौनातल्या या संगीताचा- मी त्याला आत्मसंगीत म्हणतो- आपल्यातल्या मोठमोठ्या लोकांनासुद्धा विसर पडू लागला आहे. अगदी प्रत्येक क्षेत्रात! अशा स्थितीत त्या बिचाऱ्या तरुणीलाच तिच्या प्रदर्शनाच्या प्रवृत्तीबद्दल दोष देण्यात काय अर्थ आहे? पण एक गोष्ट निश्चित आहे. 'आपण बेंगरूळ दिसू' या सध्याच्या शिष्टसंमत कल्पनेला बळी न पडता तिने आपल्याबरोबर छत्री आणली असती किंवा माझी छत्री परत करताना नुसती मान हलवून माझा निरोप घेतला असता, तरी मला फार आनंद झाला असता. त्यामुळे मी माझ्याच देशात आहे, अशी माझी खात्री झाली असती.

१९५७

१८

तीन लाख सुनीते

खोलीत पाऊल टाकले, न टाकले, तोच पंतांनी हातातले पुस्तक माझ्यापुढे आपटले. एखादी मोठी आपत्ती यावी, तशी मुद्रा करून ते मटकन खुर्चीत बसले.

काही काही माणसांना सुईचा सूळ करायची खोड असते.
आमचे चिंतोपंत त्यातलेच होते. म्हणून मी हसतच प्रश्न केला,

"काय झालंय असं आज पंत? या बिचाऱ्या पुस्तकावर का रागावलात इतके? वैनींच्यावर वेळी अवेळी रागावणं ठीक आहे. त्या रागाचा मोबदला लगेच पदरात पडतो... गोड शब्द, नाहीतर गोड पदार्थ! पण..."

त्या फेकून दिलेल्या पुस्तकाकडे तुच्छतापूर्ण कटाक्ष टाकून पंत म्हणाले,

"काल संध्याकाळी सहज तुमच्याकडनं हे पुस्तक नेलं. पण त्यानं माझ्या झोपेचं खोबरं केलं!"

"म्हणजे? इतकं चटकदार आहे हे पुस्तक? मला नव्हती बुवा ही कल्पना! रात्रभर वाचीत बसला होता वाटतं?"

"छे, छे, छे! अहो, कडू कारल्याची भाजी कुणी मिटक्या मारीत खातो का? रात्री अंथरुणावर पडल्या पडल्या पुस्तक सहज उघडलं. जे पान निघालं, ते वाचू लागलो; पण ते पान काही पुरं करवलं नाही मला."

"मोठं आश्चर्य आहे बुवा! ही काही दहा-वीस खून असलेली रहस्यकथा नाही किंवा भूतपिशाचाची भयंकर

गोष्ट नाही. लहानपणी 'कालिकामूर्ति'सारखी कादंबरी वाचली म्हणजे माझी झोप उडत असे. पण आता तुम्ही आम्ही पन्नास-साठ पावसाळे पाहिलेली माणसं आहोत पंत! त्यातून ते पुस्तक म्हणजे नुसता वाङ्मयाचा इतिहास आहे. विचारतो म्हणून रागावू नका हं! तुम्ही जे पान वाचू लागला, त्याच्यावर एखाद्या अश्लील कादंबरीचं कथानक नव्हतं ना?''

पंत उत्तरले,

''अहो, ते असतं, तर बरं झालं असतं. लाच खाऊ नये, असा उपदेश करणारे या नाही त्या मार्गानं आपले खिसे गरम करीत असतातच. अश्लीलतेचंही तसंच आहे. चार लोकांत अश्लील गोष्टींना नाक मुरडायचं असतं; एकांतात नाही! पण मी या पुस्तकात वाचलं, ते फारच निराळं! फारच भयंकर आहे ते!''

पंतांचा रोख कशावर आहे, हे काही केल्या माझ्या लक्षात येईना. मी अधीर होऊन विचारले,

''आता हे उखाण्यातलं बोलणं राहू द्या. तुमची झोप का उडाली, हे सरळसरळ सांगा मला.''

पंत खुर्चीत नीट सावरून बसत म्हणाले,

''अहो, पेट्रार्च नावाचा कुणी कवी होता ना? तुमची ती सुनीतं का फिनीतं लिहिणारा. त्याच्या या सुनीतांचं पुढं साऱ्या युरोपात अनुकरण झालं म्हणे! या पुस्तकात असं लिहिलंय, की त्याच्यामागून तशी तीन लाख सुनीतं लिहिली गेली!''

''बरं मग?''

''आता काय सांगू तुम्हाला कपाळ? अहो, रात्रभर मी या एकाच गोष्टीचा विचार करीत होतो. ही तीन लाख सुनीतं लिहिण्याच्या कामात किती लोकांचा, किती वेळ वाया गेला असेल! या तीन लाख कविता वाचण्यात किती वाचकांचं अमोल आयुष्य खर्ची पडलं असेल. छे, छे, छे! तीन लाख सुनीतं! आपल्याला तर कल्पना करवत नाही बुवा!''

पंत पडले पुराणमतवादी. तेव्हा जाता जाता त्यांना एक चिमटा घ्यावा, म्हणून मी म्हणालो,

''या तीन लाख सुनीतांचं तुम्हाला भय वाटतं, पण सगर राजाला साठ हजार मुलगे होते, ही पुराणातली गोष्ट मात्र तुम्ही मिटक्या मारीत वाचता. अहो, राजा झाला म्हणून काय झालं? साठ हजार मुलगे म्हणजे काय थट्टा आहे? किती डोहाळे, किती डोहाळजेवणं, किती बाळंतपणं, किती बारशी, किती दुपटी, किती बाळंतविडे, किती बाळंतकाढे... राजाचंसुद्धा दिवाळं निघायचं इतक्या बाळंतपणांनी! सगर राजाच्या राजवाड्यावर प्रसूतिगृहाचीच पाटी होती की काय कुणाला ठाऊक!

आपल्या रघुनाथपंत कर्व्यांसारखा ऋषी हवा होता त्यावेळी. म्हणजे त्यानं या राजाची चांगली कानउघडणी केली असती.''

किंचित ओशाळल्यासारखे करून पंत म्हणाले,

''पुराणातल्या गोष्टी अन् पुराणातली वांगी तिथल्या तिथंच ठेवायची असतात. पण तुमची ही तीन लाख सुनीतं मात्र...''

मी म्हटलं,

''अहो, तीन लाख काय आणि सहा लाख काय, लिहिणाऱ्यांनी लिहिली. कोण बिचारे वाचणारे होते, त्यांनी ती वाचली. काळाच्या ओघात ती वाहून गेली. त्या तीन लाखांतली तीन सुनीतं तरी आता कुणी वाचीत असेल का?''

''तेच, तेच म्हणतोय मी!'' चिंतोपंत उसळून विजयी मुद्रेने म्हणाले, ''हा सारा अपव्यय कशासाठी? कागद, शाई, वेळ, बुद्धी या सर्वांचा हा निष्कारण नाश नाही का?''

''पण पंत, तुम्ही म्हणता तो अपव्यय सर्व काळी, सर्व स्थळी, सदैव होत असतो. पूर्वी आपल्याकडेसुद्धा कवितेची अशीच भरमसाट निपज होत नव्हती का? 'कविता गवताऐसी उदंड वाढली असे' असे रामदासांनी म्हटलंय, ते काय उगीच? नि तुमची ती दासोपंताची पासोडी! हल्ली किती लोकांना तिची ऊब मिळते कोण जाणे! तुमच्या मोरोपंतांनी काय थोडथोडकं लिहिलंय? ते सगळंच काय मोठं सुंदर काव्य आहे? मधल्या काळात आपल्याकडं जे शे-दोनशे संतकवी झाले, त्यातल्या किती लोकांचे कितीसे अभंग आज लोकांच्या स्मरणात आहेत?''

बाजू आपल्या अंगावर उलटत आहे, असे पाहून चिंतोपंतांनी हा विषय सोडून दिला. इकडल्या तिकडल्या गप्पा मारून ते निघून गेले. पण माझे मन मात्र कुठे तरी, केव्हातरी लिहिल्या गेलेल्या तीन लाख सुनीतांनी त्यांची झोप का उडावी, याचा विचार करू लागले.

मला गडकऱ्यांच्या 'चिंतातुर जंतु' या कवितेची आठवण झाली.

या कवितेत गडकऱ्यांनी चिंतोपंतांसारखीच पाच माणसे चित्रित केली आहेत.

त्यातला पहिला म्हणतो,

'रात्री सारं जग झोपल्यावर ईश्वर आकाशात या चांदण्या उगीच जळत कशाला ठेवतो?'

या शहाण्याला वाटत असावं, चांदण्या रात्री नगरपालिका रस्त्यावरील विजेचे दिवे बंद करून आपल्या खर्चात थोडी काटकसर करते ना, तसे देवाने का करू नये? हो, परमेश्वर झाला म्हणून काय झालं? त्याला तरी असं बेहिशेबी वागून परवडेल का? उद्या नादार व्हायची पाळी येईल त्याच्यावर!

दुसऱ्या चिंतातुराची तक्रार याच प्रकारची आहे. उजाड माळरानावर जिकडेतिकडे ऊन पसरलेले पाहून तो दुःखी होतो. सूर्य म्हणजे देवाच्या दौलतीतला सर्वांत मोठा दिवा... खर्व निखर्व कँडल पॉवरही ज्याच्या प्रकाशाच्या पासंगाला लागणार नाही, असा दिवा! तो प्रकाश असा काय केरावारी नेऊन फुकट घालवायचा?

तिसऱ्याला झाडांवरली असंख्य हिरवी पाने पाहून त्यांचा काही उपयोग नाही, म्हणून दुःख होते.

चौथा महापुराचे पाणी फुकट जात असलेले पाहून तळमळतो!

पाचव्याला तर जगात माणसांची लोकसंख्या वाढत असलेली पाहून या मूर्खांच्या बाजारात ईश्वर अशी सारखी भरती का करीत आहे, हे कोडे उलगडेनासे होते. ईश्वराचा बरोबर पत्ता त्याला ठाऊक नाही, म्हणून बरे! नाहीतर कुटुंबनियोजनाची सर्व साधने व्ही.पी.ने त्याने त्याच्याकडे पाठवून दिली असती!

आमचे चिंतोपंतही याच चिंतातुरांच्या माळेतले. म्हणून तर त्यांना त्या तीन लाख सुनीतांची इतकी भीती वाटली. त्यांचे मन त्या आकड्यानेच हबकून गेले. ती तीन लाख सुनीते वाचायची पाळी आली असती, तर त्यांनी बहुधा आत्महत्याच केली असती.

पण जीवनाकडे पाहण्याची ही दृष्टी मुळातच चूक आहे, असे मला वाटते. ठिकठिकाणी पोरे क्रिकेट खेळत असतात. प्रसंगी आईच्या धुण्याच्या काठीचे तीन तुकडे करून ही मुले त्यांच्या यष्टी बनवतात. चिंध्यांच्या चेंडूपासून अस्सल क्रिकेटच्या चेंडूपर्यंत मिळेल तो वाटोळा पदार्थ घेऊन आपल्या क्रीडेत ती मग्न असतात. त्यांना क्रिकेटसाठी स्वतंत्र जागा लागत नाही. भररस्त्यात त्यांचा खेळ सुरू असतो. टांगे, मोटारी, सायकली, फटफट्या, मालवाहू मोटारींची धुडे, इत्यादी वाहने आजूबाजूने जात-येत असतातच; पण त्यांचे अस्तित्व या बाळगोपाळांच्या गावीही नसते.

रस्त्याने जाता-येताना अशा मुलांचा खेळ पाहण्याचा मोह मला अनावर होतो. या खेळाडूंतून एखादा मुस्ताक, मर्चंट, मंकड किंवा मे, हॅमंड, हटन निर्माण होण्याचा संभव असतो, असे मुळीच नाही. त्या मुलांपैकी एखाद्याला तसले शेखमहंमदी स्वप्न पडत असेल. नाही असे नाही. पण मी त्यांच्या खेळाकडे पाहतो, तो केवळ निर्मितीच्या आनंदाचा एक अनामिक आविष्कार म्हणून! स्वतःला विसरून जाऊन माणूस कुठल्याही निर्मितीत रंगला, की तिथे ब्रह्मानंद आपणहून अवतार घेतो. क्रिकेटचीच गोष्ट कशाला हवी? हल्ली गल्लोगल्ली संगीतशिक्षणाचे वर्ग निघाले आहेत. कुणी गायला शिकतो, कुणी

पेटीला गुदगुल्या करतो, कुणी सतार मांडीवर घेऊन तिला कुरवाळीत बसतो. हे सारे मी पाहतो, ऐकतो. संगीतासारख्या अवघड कलेच्या मागे लागलेल्या या मुलांमुलींतून कुणी रहिमतखाँ, हिराबाई, बालगंधर्व किंवा रविशंकर निर्माण होणार आहे, अशी आशा माझ्या मनाला कधीच स्पर्श करीत नाही. पण नादब्रह्माच्या उपासनेत तल्लीन झालेली ही मंडळी मला आवडतात. अशा एखाद्या संगीतवर्गाच्या संमेलनाचे अध्यक्षस्थान मला मिळाले, तर त्या भाषणात मी जोरजोराने म्हणेन,

'विद्यार्थिमित्रांनो, या कलेची उपासना अशीच चालू ठेवा. तुमच्यातूनच एखादा अब्दुलकरीम, भाऊराव कोल्हटकर किंवा मलकाजान निर्माण होणार आहे हे विसरू नका. तुम्ही उद्याचे संगीताचे शिल्पकार आहात.'

मात्र माझ्या या भाषणातले एक अवाक्षरही खरे असणार नाही. तसे पाहिले, तर कुठला अध्यक्ष किंबहुना कुठला वक्ता कधी खरे बोलत असतो? असे असले, तरी माझ्या समोर बसलेल्या विद्यार्थ्यांविषयी उपेक्षेची किंवा अनादराची भावना क्षणभरही माझ्या मनात येणार नाही.

माझ्याऐवजी चिंतोपंतांना जर अध्यक्षस्थान दिले, तर ते भाषणात म्हणतील,

'विद्यार्थिमित्रांनो, तुम्ही या संगीताच्या भानगडीत का पडता आहा, ते मला कळत नाही. तुमच्यापैकी कुणीही, कधी काळी या कलेत नाव गाजवील, असे मला वाटत नाही. चिलटानं गरुड होण्याची हाव का धरावी? तबला वाजवून फुकट हात दुखवून घेण्यापेक्षा घरातली लाकडं फोडलेली काय वाईट? घरखर्चात तेवढीच बचत होईल. अलगूज वाजविण्यापेक्षा चूल फुंकणं फार चांगलं, असं माझं मत आहे. सतारीचा भोपळा तास न् तास मांडीवर घेण्यापेक्षा भोपळ्याचा वेल घरावर सोडला, तर पावसाळ्यात पाच-पंचवीस भोपळे तरी मिळतील. मित्रहो, वेळ, शक्ती, पैसा यांचा हा अपव्यय कृपा करून करू नका.'

हा अपव्यय आहे, हे पंतांचे म्हणणेच मला मान्य नाही. जग फार मोठे आहे, म्हणून प्रत्येक मनुष्याने मोठे झालेच पाहिजे, हा कोणत्या मुलखातला हट्ट? गवत ताडमाड वाढत नाही. तथापि, खास त्याचे असे काही सौंदर्य आहेच की नाही? बड्या माणसाशिवाय इतर सर्व माणसे जगात जगायला नालायक आहेत, असे म्हटले, तर शिरच्छेदाच्या पहिल्या यादीत आरंभीच चिंतोपंतांचे आणि माझे नाव घालावे लागेल. पुष्कळ माणसांना प्रयत्न करूनही मोठे होता येत नाही, पण या छोट्या माणसांना या भल्यामोठ्या जगात छोटीमोठी दुःखे भोगावीच लागतात. त्या दुःखांना तोंड देण्याकरिता आनंदाच्या चिमुकल्या, पण सुरक्षित जागा त्यांच्या त्यांना शोधून काढाव्याच लागतात. प्रत्येक मनुष्य आपापल्या आवडीप्रमाणे ही जागा शोधून काढतो आणि तिथे विसावतो. कुणी

कविता रचतो, कुणी क्रिकेट खेळतो, कुणी पेटी वाजवितो, कुणी प्रवास करतो. आपापल्या परीने जो तो आपले मन रमवितो. हे करताना आपण काहीतरी नवे निर्माण करीत आहो, या गोड भासात तो गुरफुटून गेलेला असतो. मग ती निर्मिती शब्दांची असो अथवा सुरांची असो, ते क्रीडाकौशल्य असो किंवा कलानैपुण्य असो! त्या निर्मितीला कुठलाही दर्जा नसला, तरी ती निर्मितीच असते. राणीचे आईपण आणि दासीचे आईपण यात आई होण्याच्या आनंदापुरता असा काय मोठा फरक आहे? नवनिर्मितीची धडपड आणि त्या धडपडीत मिळणारा आनंद हाच मानवाच्या जीवनासक्तीचा प्रमुख आधार आहे. तो आनंद भावनेने पाहावयाचा असतो. रुपये-आणे-पैत किंवा दुसऱ्या मोठेपणाच्या मापांनी तो मोजता येणार नाही.

मात्र जाता जाता एकच गोष्ट मला कबूल केलीच पाहिजे. ती तीन लाख सुनीते लिहिणारे सर्व कवी आपली ही निर्मिती मला वाचून दाखविण्याकरिता आणि तिच्यावर माझा अभिप्राय घेण्याकरिता (अर्थात अनुकूलच! कोणता कवी स्वत:ला महाकवी समजत नाही?) माझ्याकडे आले असते, तर क्षणाचाही विलंब न लावता 'कोण आहे रे तिकडं? माझी संन्यासाची तयारी करा!' असे मी ओरडलो असतो.

१९५९

♥

१९

उंच उडी

माझ्या मते वक्ते दोन प्रकारचे असतात. पहिल्या वर्गात मी जन्मसिद्ध वक्त्यांची गणना करतो. दुसऱ्या वर्गात मारून मुटकून बनविलेले वक्ते येतात. उदाहरणार्थ, अस्मादिकांची स्वारी!

हे केवळ थट्टेने सांगत नाही मी! माझा स्वभाव मूळचाच भित्रा आहे. मागच्या जन्मी मी ससा होतो की काय कोण जाणे! शाळेत असताना मी हुशार विद्यार्थी होतो... अगदी स्कॉलर होतो. मास्तरांची भीती बाळगण्याचे मला काही कारण नव्हते. पण काही कामासाठी शिक्षकांना किंवा मुख्याध्यापकांना भेटायची पाळी आली, की मला दरदरून घाम सुटे. शाळेतल्या एका समारंभात बक्षीस घेऊन ते देणाऱ्या पाहुण्यांना नमस्कार करायचा आणि मुकाट्याने समोरच्या दरवाजातून बाहेर पडायचे, एवढीच भूमिका माझ्याकडे होती. पण ती पार पाडताना माझे पाय कसे लटलट कापत होते, हे अजून मला आठवते.

काही माणसे गर्दीत फुलतात. सूर्यफुलासारखी असतात ती! सहस्रकरांनी स्वागत करणारा जनसमुदाय त्यांना सूर्यासारखा संजीवक वाटतो. पण माझी वृत्ती अगदी निराळी आहे. मी स्वभावत:च संकोची आहे, लाजराबुजरा आहे. गर्दीच्या असंख्य डोळ्यांचे ओझरते कटाक्ष माझ्यावर पडले, की लाजाळूच्या झाडाप्रमाणे माझ्या मनाची हसरी पाने लगेच संकोच पावतात.

सांगितले तर खरे वाटणार नाही कुणाला! पण सांगतोच! नाइलाजाने अनेक सभा-संमेलनांची निमंत्रणे

मला स्वीकारावी लागतात व अशा रीतीने- जवळजवळ सक्तीनेच म्हणानात- मी पुष्कळ भाषणे केली असली, तरी प्रत्येक नव्या सभेच्या वेळी माझी स्थिती मोठी विचित्र होते... रंगभूमीवर प्रथमच प्रवेश करणाऱ्या नवख्या नटासारखी! उंबरठ्यावरल्या मापाला हळूच पाय लावून कावऱ्याबावऱ्या नजरेने अपरिचित घरात पाऊल टाकणाऱ्या नववधूसारखी!

त्या दिवशीही असेच झाले. सभा काही तशी विद्वानांची नव्हती. एका माध्यमिक शाळेचे संमेलन होते ते. पण शाळा मोठी होती. सहासातशे विद्यार्थी होते तिच्यात. आपल्या मुलाला बक्षीस मिळालेले पाहण्यात मोठा आनंद असतो. अगदी अपत्यजन्माइतकाच म्हणानात! या अपूर्व आनंदाचा आस्वाद घेण्याकरिता शेपन्नास पालक आले होते. त्या पालकांत श्रवणभक्तीचे सुख लुटणाऱ्या गावातल्या वाङ्मयप्रेमी आणि रिकामटेकड्या अशा दोन्ही प्रकारच्या नागरिकांची भर पडली होती. अशा रीतीने हजारांच्या आसपास जमलेली ती गर्दी पाहून मी नेहमीप्रमाणे बेचैन होऊन गेलो होतो. रामदास बोहल्यावरून पळाला, तो प्रपंचाच्या पाशाला भिऊन की, लग्नमंडपातल्या गर्दीला भिऊन, हे कोडे सोडविण्याचा मी मनातल्या मनात प्रयत्न करीत होतो.

बोहल्यावरून काय, व्यासपीठावरून काय किंवा रंगभूमीवरून काय, अचानक पळून जायलासुद्धा अंगी असामान्य धैर्य असावे लागते. ते माझ्या ठिकाणी नसल्यामुळे बक्षीस समारंभ संपल्यावर, अध्यक्ष म्हणून भाषण करण्याकरिता मला उठावेच लागले. मी बोलू लागलो. पाच मिनिटे झाली, दहा मिनिटे झाली, पंधरा मिनिटे झाली; पण माझ्या बोलण्याला रंग चढेना... त्यात रस निर्माण होईना. इतर लोक सांगतात, त्याच गोष्टी त्याच पद्धतीने मी विद्यार्थ्यांना सुनावीत होतो.

बोलता बोलता मी बोलून गेलो,

'माझ्या तरुण मित्रांनो, आयुष्यातल्या यशाची गुरुकिल्ली एकच आहे. ती म्हणजे उंच उडी. आपल्या कालच्या उडीपेक्षा आजची उडी अधिक उंचीवरून जाते की नाही, हे तुम्ही डोळ्यांत तेल घालून पाहिले पाहिजे.'

हे शब्द माझ्या तोंडून बाहेर पडले मात्र! रूक्ष वाळवंटात हिरवळ दिसावी, तसे माझे मलाच वाटले. माझ्या भाषणाला आता दिशा मिळाली होती. बोथट बाण टोकदार झाला होता. प्रवाहाबरोबर मजेत पोहत जाणाऱ्या माणसाप्रमाणे मी हां हां म्हणता भाषणात रंगून गेलो. आता माझ्यासमोर हजार लोक बसले नव्हते; फक्त एकच तरुण, जिवलग मित्र कान देऊन माझे कळकळीचे बोलणे ऐकत होता. मी मोठ्या तळमळीने माझे उंच उडीचे तत्त्वज्ञान सविस्तर समजावून सांगू लागलो. ते सांगता सांगता गतवर्षी कटकच्या क्रीडामहोत्सवात घडलेली एक गोष्ट मला

आठवली. ती गोष्ट उंच उडीविषयीचीच होती.

त्या उत्सवात भाग घेण्याकरिता केरळमधील एक विद्यार्थिनी आली होती. मागच्या वर्षीचे उंच उडीचे बक्षीस तिला मिळाले होते. यंदाचेही पारितोषिक आपणच पटकवणार, या ईर्ष्येने ती खूप तयारी करून आली होती. तिची जिद्द निराधार नव्हती. शेवटी तिलाच ते बक्षीस मिळाले. पण ते घेताना मात्र तिला रडू कोसळले. मागच्या वर्षापेक्षा आपली उडी एक इंच तरी अधिक गेली पाहिजे, म्हणून तिने शिकस्तीचा प्रयत्न केला. पण ते तिला जमले नाही. मागच्या वर्षाइतक्याच उंचीवरून तिची उडी गेली होती. हा काही तिचा पराभव नव्हता पण तो विजयही नव्हता. त्यामुळेच पारितोषिक मिळूनही, त्या महत्त्वाकांक्षी मुलीच्या डोळ्यांत अश्रू उभे राहिले होते.

उंच उडीचे हे तत्त्वज्ञान सांगता सांगता मी रंगून गेलो.

शेवटी भाषण संपविताना मी म्हणालो,

'माझ्या प्रिय मित्रांनो आणि मैत्रिणींनो, त्या मुलीच्या डोळ्यांतून खाली पडलेला प्रत्येक अश्रुबिंदू हा तुमच्या आयुष्यातला ध्रुवतारा आहे, हे विसरू नका. तुमच्या जीवनात केवढेही भयंकर वादळ येवो, धैर्याची नौका त्यात डळमळू लागो, या ध्रुवताऱ्यावरली आपली नजर ढळू देऊ नका.'

टाळ्यांच्या कडकडाटात मी खुर्चीवर बसलो. मला एक प्रकारची धुंदी चढली होती. काहीतरी सरस लिहून झाले, एखादी चांगली कादंबरी वाचून हातावेगळी केली, एखादे भावपूर्ण गीत ऐकायला मिळाले, एखादा चुरशीचा क्रिकेटचा सामना पाहण्याची संधी लाभली, की अशा प्रकारच्या धुंदीचा मला प्रत्यय येतो. जीवनाला रुची आणणाऱ्या गोष्टीत ही धुंदी मी फार महत्त्वाची मानतो. मात्र ती मागून मिळत नाही. हुकमेहुकूम आणता येत नाही. 'प्रीती मिळेल का हो बाजारी? प्रीती मिळेल का हो शेजारी?' असा केशवसुतांनी मोठा मार्मिक प्रश्न केला आहे. ही धुंदी प्रीतीसारखीच असते. ती कुठल्याही कृत्रिम उपायांनी निर्माण करता येत नाही. मात्र ती अचानक चमकून जाणाऱ्या विजेसारखी मनाला स्पर्श करून जाते आणि मग त्या क्षणिक प्रकाशाची मानसपूजा करीत आणि त्याच्या लहरी साक्षात्काराची वाट पाहत मी पुढला काळ आनंदाने घालवू शकतो.

आजच्या भाषणात अगदी अनपेक्षितपणे तो साक्षात्कार मला झाला होता. म्हणून मी मोठ्या खुशीत होतो.

सभा संपत आली. मुख्य अध्यापकांचे आभारप्रदर्शन सुरू झाले. त्यांचे शब्द माझ्या कानांवर पडत होते. पण त्या शब्दांचा अर्थ मला नीटसा कळत नव्हता. अजून माझे मन त्या धुंदीच्या लाटांवर तरंगत होते.

इतक्यात कुणीतरी एक चिठ्ठी हळूच माझ्या हातात दिली. मी ती उघडून पाहिली.

‘आपले शाळेतील वर्गबंधू बाबुराव टिळक इथं आले आहेत. अतिशय आजारी आहेत. आपल्याला भेटायची फार फार इच्छा आहे त्यांना.’ एवढाच मजकूर त्या चिठ्ठीत होता.

बाबुराव नि इथे? तो केव्हा आला? तो तर मुंबईला असतो. तीस-चाळीस वर्षांत कधी त्याची गाठ पडली नव्हती. पण तो एक बडा व्यापारी झाला आहे, हे मी अनेकांकडून ऐकले होते. आपला बालमित्र श्रीकृष्ण द्वारकेसारख्या सुवर्णनगरीत राहत आहे, हे ऐकून सुदाम्याला जो आनंद झाला असेल, त्याचा अनुभव बाबुरावांविषयीच्या अद्‌भुत गोष्टी कुणातरी मित्राकडून ऐकताना मीही घेतला होता. पण त्याचा धंदा निराळा, माझा धंदा निराळा. शिवाय बाबुराव मूळचा बेफाट. पुढे पुढे तर तो अफाट श्रीमंत झालेला. माझ्यासारख्या बालमित्राला तो ओळखील की नाही अशी धाकधूक मला वाटायची. त्यामुळे आतापर्यंत त्याला भेटायचा मी कधीच प्रयत्न केला नव्हता.

रात्रीच्या गाडीने मला परतणे जरूर होते. पण बाबुरावासारखा बालमित्र... आणि तोही आजारी असलेला... बोलावीत असताना त्याला न भेटता कसे जायचे? ‘वंदे मातरम’ होताच ती चिठ्ठी आणणाऱ्या मनुष्याची मी चौकशी केली. तो भीत भीतच माझ्यापुढे आला. तो बाबुरावांच्या घरचा गडी असावा, असे मला वाटले. पण लगेच माझी चूक मला कळून आली. तो त्यांचा थोरला मुलगा होता.

कसाबसा चहा घेतला आणि टांगा करून बाबुरावांच्या मुलाबरोबर निघालो. काहीतरी बोलायला हवे, म्हणून वाटेत मी त्याला विचारले,

“काय होतंय बाबुरावाला?”

तो चाचरत म्हणाला,

“तसं काही होत नाही. पण... पण डोकं... फिरल्यासारखं झालंय.”

“डोकं फिरलंय? ते कशानं?”

“सट्ट्यांतल्या ठोकरांनी!”

“म्हणजे? बाबुराव सट्टे खेळत होता?”

तो खाली मान घालून म्हणाला,

“हजाराचे दहा हजार आणि दहा हजारांचे लाख होईपर्यंत दादा सावधपणानं व्यापार करीत होते. पण पुढं त्यांना कैफ चढल्यासारखं झालं. सट्टे खेळून ते दहा-वीस लाखांचे मालक झाले. मग तर त्यांचा तोलच गेला. धर्मराजाने शेवटी द्रौपदीसुद्धा पणाला लावली ना? तसं झालं दादांचं! ते रत्नजडित अंबारीत बसायला गेले आणि शेवटी आमच्या हातात उलटी अंबारी आली. फार परिणाम झालाय याचा त्यांच्या डोक्यावर?” त्याला पुढे बोलवेना. डोळ्यांत उभे राहिलेले पाणी तो

बोटाने निपटू लागला.

मी सुन्न होऊन हे सारे ऐकत होतो. बाबुरावाचा मुलगा मला गड्यासारखा वाटला, हे आता माझ्या लक्षात आले. मी त्याला विचारले,

“पण... पण... बाबुराव मला ओळखील ना?”

तो म्हणाला,

“त्यांनीच तर आजच्या संमेलनाची निमंत्रणपत्रिका पाहून तुम्हाला बोलवावयाला सांगितलं मला.”

एखाद्या घरचे मनुष्य गेले, म्हणजे तेथे समाचाराकरिता जाताना मन कसे उदास होते, आता माझी मन:स्थिती तशीच झाली होती.

शेवटी टांगा एका बोळात थांबला. एका बैठ्या मातीच्या घरात आम्ही शिरलो. समोरच बाबुराव बसला होता. मी झटकन पायऱ्या चढून त्याच्याजवळ जाऊन बसलो आणि त्याचा हात हातात घेऊन घट्ट घट्ट दाबला.

तो माझ्याकडे टक लावून पाहू लागला. मोठी भकास नजर होती त्याची. काळोखाने भरलेल्या गुहेसारखी!

त्याने मला ओळखले की नाही, हे मला कळेना. शाळेतली एखादी आठवण काढून मी त्याच्याशी बोलू लागणार होते. इतक्यात पुढ्यात पडलेली पाटी त्याने उचलली. तिच्यावर साधारण घोड्यासारखा दिसणारा प्राणी काढला होता. तो दाखवीत आणि हाताने ‘कान इकडं कर’ असे खुणावीत बाबुराव मला बिलगला आणि कानात कुजबुजला,

“नीट लक्षात ठेव. हा घोडा शर्यत जिंकणार. अगदी गुप्त बातमी आहे ही. स्वर्गातली! नारदमुनींनी सांगितलेली! तू माझा लहानपणाचा दोस्त. म्हणून तुला हे गुपित सांगतोय मी! सारे पैसे या घोड्यावर लाव. मग बघ... उद्या अमेरिका विकत घेशील तू!”

जवळजवळ अर्धा तास मी बाबुरावापाशी बसलो. त्याने मला ओळखले होते. अधूनमधून लहानपणीच्या एक-दोन गोष्टी त्याने अचूक सांगितल्या, पण त्याचे बरेचसे बोलणे विचूक होते. भयंकर श्रीमंत होण्याच्या इच्छेने त्याच्या बुद्धीच्या सर्व बाजू जणू बधिर करून टाकल्या होत्या. अमर्याद महत्त्वाकांक्षा माणसाला राक्षस कसा बनविते, हे शेक्सपिअरने मॅक्बेथमध्ये उत्तम रीतीने दाखविले असेल. पण तिच्यामुळे माणसाचे भुतात रूपांतर कसे होते, हे मी आता डोळ्यांनी पाहत होतो.

मी बाबुरावाच्या घराच्या पायऱ्या उतरलो, तो उदास मन:स्थितीतच! मघाशी मला चढलेली भाषणाची धुंदी कुठल्या कुठे नाहीशी झाली होती. मोठ्या ऐटीत

जाणारे विमान उंच डोंगराच्या कड्याला आपटून एकदम खालच्या दरीत कोसळले होते.

रात्री गाडीत पहिल्या वर्गातल्या खालच्या बर्थवर आरामात पडूनही माझा डोळा लागेना. मी पुन:पुन्हा विचार करीत होतो... बाबुरावाची अशी दुर्दशा का व्हावी? अधिक श्रीमंत होण्याचे त्याचे तत्त्वज्ञान सर्वस्वी चूक होते, असे कसे म्हणता येईल? तो उंच उडी मारायला गेला. ती उडी फसली! पण तेवढ्यामुळे तो असा भ्रमिष्ट का व्हावा?

या प्रश्नाचे उत्तर कितीतरी वेळ मी शोधीत होतो. मधेच मला डुलकी लागली. त्या डुलकीत मला एक स्वप्न पडले.

त्या स्वप्नात एक मुलगी उंच उंच उड्या मारीत होती. प्रत्येक वेळी ती अधिक अधिक उंच उडी मारी आणि विजयी मुद्रेने माझ्याकडे पाही. मधेच ती माझ्याकडे वळली आणि हसत म्हणाली,

'मी आता उंच उडी मारून चंद्र घेऊन येते खाली!'

एवढे बोलून तिने उडी मारली. ती उंच उंच गेली. हां हां म्हणता ढगात दिसेनाशी झाली.

मी चकित होऊन वर पाहत होतो. पण पुढच्याच क्षणी आकाशातून तुटून पडणाऱ्या उल्केप्रमाणे ती खाली येऊ लागली. हां हां म्हणता ती जमिनीवर येऊन आदळली. तिच्या आकांक्षेचाच नव्हे तर शरीराचाही चेंदामेंदा झाला होता.

धडधडत्या छातीने मी तिच्या जवळ गेलो. पाहतो, तो बाबुराव लोळागोळा होऊन तिथे पडला होता.

या दृश्याने मी दचकून जागा झालो. कटकच्या क्रीडामहोत्सवातली मी न पाहिलेली मुलगी आणि मघाशी पाहिलेले बाबुराव यांची आलटून पालटून मला आठवण होऊ लागली. अधिक उंच उडी मारता आली नाही, म्हणून त्या मुलीच्या डोळ्यांत उभे राहिलेले अश्रू जितके अर्थपूर्ण होते, तितकेच उंच उडी मारता मारता साऱ्या कुटुंबाचा सत्यानाश करणाऱ्या बाबुरावांच्या मुलाच्या डोळ्यांतील अश्रूही आशयपूर्ण होते. मला वाटू लागले, 'उंच उडी मारा' या सुभाषिताइतकेच 'उंच उडी मारू नका' हे सुभाषितही सत्य असले पाहिजे.

मानवी जीवनातले खरे दु:ख हेच आहे. दोन परस्परविरोधी तत्त्वे मिळून जीवनाला पोषक होऊ शकणारे एक सत्य निर्माण होते. पण सत्याचे हे संमिश्र स्वरूप माणसाला समजत नाही, उमजत नाही! घाटातली गाडी जशी एका दिशेने धावून मग अगदी उलट दिशेने जाऊ लागते, तशीच जीवनातल्या अनेक प्रत्येक

सत्याची गती असते. भोग आणि त्याग, आसक्ती आणि विरक्ती, ऊन आणि पाऊस, दिवस आणि रात्र, प्रेम आणि द्वेष, शरीर आणि आत्मा, जन्म आणि मृत्यू ही जीवनातली द्वंद्वे नाहीत; ते द्वंद्वसमास आहेत. बिचाऱ्या बाबुरावाला हे कळले नाही.

मागच्या वर्षीपेक्षा यंदा आपण अधिक उंच उडी मारू शकलो नाही, म्हणून दु:खी होणाऱ्या त्या मुलीला पंचविशीपर्यंत हे कळू नये, मात्र पंचविशी उलटताच ते चटकन तिच्या लक्षात यावे, अशी- तिची ओळख नसतानाही- मनातल्या मनात मी प्रार्थना करू लागलो.

१९५८

♥

२०

आवाज

तो भयंकर विचित्र आवाज कसला आहे, हे मला कळेना. तो केव्हा थांबणार, हे समजेना. तो ऐकून छाती धडधडू लागली, पाय लटपटू लागले. शेरपा तेनसिंगाच्या पावलावर पाऊल टाकून मी एव्हरेस्टच्या शिखरापर्यंत पोहोचलो होतो. माझ्या हातातला तिरंगी ध्वज तिथे रोवून 'जय हिंद' अशी घोषणा मी करणार होतो. एखाद्या सम्राटाच्या चरणांवर मस्तक ठेवून त्याला अभिवादन करणाऱ्या मांडलिकाप्रमाणे दिसणाऱ्या मेघांच्या मालिकेकडे मी मनसोक्त पाहणार होतो. इतकेच नव्हे, तर त्यातल्या एखाद्या मेघाला दूत करून मी घरी माझे क्षेमकुशल कळविणार होतो.

पण त्या कठोर, कर्णकटू आवाजाने या साऱ्या संकल्पांच्या ठिकऱ्याठिकऱ्या उडविल्या. ज्या शिखरावर मी उभा होतो, त्याचे कडे धडाधड कोसळून खाली पडत आहेत, असे मला वाटू लागले.

खणणणणणण...

छे! इतके उंच चढून ही कुठली पोरे हुतुतू खेळत आहेत?

माझ्या मनाची दारे एकदम उघडली. तो गजराच्या घड्याळाचा आवाज आहे, हे माझ्या ध्यानात आले. हिमालयाच्या शिखरावरल्या त्या उच्च भूमिकेवरून खाली खेचून आणणाऱ्या या आवाजाचा मला संताप आला. पण मी मुकाट्याने अंथरुणावर पडून राहिलो. वार्षिक परीक्षा जवळ आल्या होत्या. पहाटे अभ्यासासाठी

उठण्याकरिता मुलांपैकी कुणीतरी गजर लावला असावा. इतक्या उदात्त हेतूने लावलेल्या गजराने झोपमोड झाली, तरी त्याच्यावर रागावून कसे चालेल?

गजर थांबला. किलबिल आणि गडबड सुरू झाली. मुले एकमेकांना उठवीत होती. जो तो आळसावलेल्या स्वराने 'पाच मिनिटांनी उठतो हं!' असं दुसऱ्याला सांगत होता. पैसे उसने नेणारा मनुष्य वायदे करतो ना? ही पाच मिनिटे त्यापैकीच होती. पाचाची दहा आणि दहाची वीस मिनिटे झाली, तेव्हा कुठे सारी मुले उठली. मग न्हाणीघराचे दार धाडधाड वाजू लागलं. सुं-फुर्र करून स्टोव्हने आपला घसा साफ केला. तो घनश्यामसुंदर चहाची भूपाळी आळवण्यात गुंग झाला. कपबश्यांचा प्रेमकलह पुन:पुन्हा कानावर पडू लागला.

या साऱ्या गोंधळात माझी झोप पार उडून गेली. एखाद्या काचेच्या नाजूक पेल्याचे तुकडेतुकडे व्हावेत, तशी तिची स्थिती झाली.

नाही म्हटले, तरी मनातून मुलांचा असा राग आला होता म्हणता मला! पण माझ्यातल्या दुर्वासाच्या दाढीला हात लावून जपजाप्य करीत तो गप्प बसेल, अशी व्यवस्था मी केली. आर्थिक दृष्टीनेही मी या गोष्टीचा विचार केला. झोपमोडीमुळे होऊन होऊन काय होईल? माझी प्रकृती बिघडेल आणि डॉक्टरांचे पाच-पंचवीस रुपयांचे बिल भरावे लागेल. पण परीक्षा जवळ आली असून, पोरे पहाटे अभ्यासाला उठली नाहीत तर? तर ती सारी नापास होतील? शेकडो रुपये पाण्यात पडतील. त्यापेक्षा आपण निद्राभंगाचे दु:ख भोगलेले फार बरे!

असा विचार करून चार-दोन दिवस पहाटेची झोपमोड मी सहन केली. पण पैसा, प्रेम आणि झोप यांची खरी किंमत पूर्ववयापेक्षा उत्तरवयात कळते, हेच खरे. झोप अर्धवट झाल्यामुळे मी अधिकच चिडचिडा बनलो. दुपारी काम करताना पेंगू लागलो. परवापरवापर्यंत कवी, वीर, संत वगैरे लोकांविषयी मला फार आदर वाटत असे. पण झोपमोडीचा हा नवा त्रास सुरू झाल्यापासून आगगाडीचे ड्रायव्हर, गार्ड आणि रात्री-अपरात्री जागे राहून अशाच प्रकारची कामे करणारे लोक हे फार श्रेष्ठ पुरुष असले पाहिजेत, अशी माझी खात्री होऊन चुकली.

पण माणसाच्या सहनशक्तीला काही मर्यादा म्हणून आहेच. पाचव्या का सहाव्या दिवशी माझ्यातला दुर्वास जागृत झाला. दुसऱ्याच दिवशी त्या दुर्वासाचे जमदग्नीत रूपांतर झाले. मग माझ्या झोपमोडीचा विचार करण्याकरिता आमची कुटुंबपरिषद भरली. मुलांच्या आईने त्यांची बाजू घेतली. 'न मातु: परदैवतम्' असे कुणीतरी म्हटले आहे, ते काय उगीच?

मुलांचा अभ्यास आणि बापाची झोप यांचा मेळ कसा घालायचा? जगात शांती निर्माण करण्यापेक्षाही हा प्रश्न बिकट आहे, असे मला वाटू लागले.

आमच्या कुटुंबपरिषदेच्या सभासदांनी नाना प्रकारच्या सूचना पुढे आणल्या.

सौभाग्यवती साळसूदपणाने मला म्हणाली,

''झोपताना कानात बोळे घालून निजावं, म्हणजे गजरानं झोपमोड होणार नाही.''

मी ताडकन उत्तरलो,

''छान, उत्तम उपाय! म्हणजे रात्री घरात चोर शिरला नि कुठं खाटखुट झालं, तर तेही ऐकू यायला नको. चोरी झाली म्हणजे बसा मग ओरडत नि पोलीस कचेरीत हेलपाटे घालीत.''

माझे उत्तर ऐकून गृहिणी गप्प बसली. पण गृहरत्ने बोलतच होती. सर्वांत धाकट्याने वडिलांना झोपेच्या गोळ्या देण्याविषयी आईला सुचविले. सानेगुरुजीसुद्धा त्या घेत असत, असे त्याने कुठेतरी वाचले होते म्हणे!

मोठी मुलगी सिनेमाप्रेमी होती. बाबांची खोली साउंडप्रूफ करून घ्यावी, असा तिचा सल्ला मिळाला.

मधल्या चिरंजीवांना तिसरीच शक्कल सुचली. परीक्षा संपेपर्यंत बाबांनी शेजारीपाजारी कुठेतरी झोपायला जावे, असा त्याने बूट काढला! मुंबईला पुष्कळ माणसे फूटपाथवर निजतात, हे त्यांनी उदाहरणादाखल सांगितले नाही, हे माझे नशीब!

उरलेल्या रत्नाच्या तोंडून कोणती मुक्ताफळे बाहेर पडतात, या विवंचनेत मी होतो. पण त्याने तडजोडीचा उत्तम मार्ग शोधून काढला.

त्याच्या एका मित्राच्या घरी म्हणे, गजराचे नवे घड्याळ आणले होते. फार नाजूक आणि मंजूळ आवाज होता त्याचा. ज्याच्या उशाशी ते ठेवतात, तोच त्याच्या आवाजाने जागा होतो नि तोही कसा? अगदी गुदगुल्या केल्यासारखा! किंमतही फार नाही. फक्त पंचवीस रुपये!

घरातल्या कर्त्या मनुष्याच्या कोटाच्या, नाहीतर जाकिटाच्या खिशात पैशाचे झाड असते, अशीच आम्हा मध्यमवर्गातल्या बायकापोरांची समजूत असावी. म्हणे, फक्त पंचवीस रुपये! लेकांनो, ते पंचवीस रुपये मिळविताना तुमच्या बापाला किती राबावे लागते, हे ठाऊक आहे का तुम्हाला? छे छे! मुरारजीभाईंनी द्विभार्याबंदीप्रमाणे द्विघड्याळबंदीही केली असती तर बरे झाले असते, असा विचारसुद्धा माझ्या मनात येऊन गेला.

पण कुठलीही गोष्ट अंगावर आली, की ती शिंगावर घ्यावीच लागते. दररोज पहाटे झोपमोड होऊन सारा दिवस पेंगत काम करण्यापेक्षा पंचवीस रुपये गमावणे अधिक फायदेशीर, असे ठरवून ते घड्याळ मी लगेच विकत आणले.

गृहप्रवेशानंतर लगेच त्या घड्याळाकडून गजराची रंगीत तालीम आम्ही करून घेतली. ती मोठी सुंदर वठली. एखाद्या झऱ्याच्या झुळझुळीने सुद्धा लाजावे, अशा मधुर स्वरात ते घड्याळ गजर करीत होते. आमचे पहिले घड्याळ भसाड्या आवाजात तानावर ताना घेत सुटणाऱ्या गवयाची आठवण करून देई. हे नवे

घड्याळ एखाद्या भावगीतगायिकेसारखे होते. मी मुद्दाम डोळे मिटून दोन-तीनदा त्याचा गजर ऐकला. तो ऐकताना आपले आवडते माणूस बिछान्यापाशी येऊन मृदुमधुर स्वराने, 'ऐकलं का? उठणार ना? चहा होत आलाय! इश्श! असली कसली मेली ही झोप? हं, आता कळलं! झोपेचं सोंग घेतलंय स्वारीनं! उठायचं ना गडे! असं काय बरं? आता काय गाणं म्हणू तुम्हाला जागं करायला?' असे काहीतरी कानाशी कुजबुजत आहे, असा मला भास झाला. आपले पंचवीस रुपये पूर्णपणे सार्थकी लागले, अशी माझी खात्री झाली. मोठ्या मुलीने आपल्या बिछान्यापाशी ही नवी मधुरभाषिणी घड्याळिका ठेवावी, जाग आल्यावर हळूच तिने दुसऱ्याला उठवावे, न्हाणीघराचे दार उघडताना कुणीही फाजील वीरश्री दाखवू नये आणि चहाचा समारंभ माजघरात न करता बाहेरच्या खोलीत पार पाडावा, अशा दोन्ही पक्षांची सोय पाहणारा तहनामा सौभाग्यवतीने तयार केला. आता उद्या सकाळी सात वाजेपर्यंत ताणून द्यायला हरकत नाही, म्हणून समाधानाचा सुस्कारा सोडीत मी त्या रात्री अंथरुणावर अंग टाकले.

दुसऱ्या दिवशी सकाळी मी डोळे उघडले, तेव्हा खिडकीतून उन्हे आत येऊ लागली होती. घरात कुठेही गडबड किंवा आरडाओरडा ऐकू येत नव्हता. सारी मुले शांतपणाने अभ्यास करीत बसली असावीत.

त्या नव्या गोड घड्याळाला शतशः धन्यवाद देत मी न्हाणीघरात गेलो.

मी तोंड धुऊन आलो, तरी मुलांची हालचाल कुठे दिसेना. ते नवे घड्याळ हा शांतीचा खराखुरा प्रेषित आहे, याची मला खात्री पटली.

पण केवळ शांतीमुळे काही माणसाच्या सर्व गरजा भागत नाहीत. त्याला आत्मा हवा, तशी भाकरीही हवी! चहाची तलफ मला मिनिटामिनिटाला बैचेन करून सोडीत होती. बायकोला रक्तदाबाचा त्रास असल्यामुळे तिला उठविण्यात अर्थ नव्हता. मुलांपैकी कुणाला तरी चहा करायला सांगावे, म्हणून मी माजघरात आलो. पाहतो, तो तिथे धाकटी दोघे डाराडूर झोपलेली! बाहेरच्या खोलीत प्रवेश केला. तिथेही तोच देखावा दृष्टीस पडला. मोठ्या चिरंजीविनीच्या उशाशी ते नवे घड्याळ एखाद्या ध्यानस्थ साधूप्रमाणे स्वस्थ बसले होते आणि ती जगदंबा मध्यरात्र झाल्यासारखी घोरत होती. तिचे बंधुराजही...

मी रागारागाने सर्वांना उठविले. 'दुकानदाराने नादुरुस्त घड्याळ तर आपल्या गळ्यात बांधले नाही ना' या शंकेने गजर झाला आहे की नाही हे पाहिले. त्या बिचाऱ्या घड्याळाने आपले काम व्यवस्थित पार पाडले होते. पण आमची कन्यका कुंभकर्णाच्या वंशातली होती ना!

क्रमाक्रमाने प्रत्येक मुलाने गजर लावून ते नवे घड्याळ आपल्या उशाशी ठेवले. पण कुठल्याही पहाटे, कुणीही उठले नाही. गजराची किल्ली संपलेली असे, यावरून प्रत्येक दिवशी घड्याळाचा गजर होत असे, हे उघड होते. शेवटी मी ते घड्याळ माझ्या उशाशी ठेवून पाहिले. पण त्याचा गजर ऐकून मीसुद्धा उठलो, तो सात वाजताच!

एक बिकट प्रश्न सोडविण्याकरता मी पदराला पंचवीस रुपये खार लावून घेतला होता. पण तो प्रश्न आता दुसऱ्या बिकट स्वरूपात दत्त म्हणून पुढे उभा राहिला. मुले पहाटे अभ्यासाला कशी उठणार? ते घड्याळ सुंदर होते, त्याचा आवाज मंजूळ होता, नर्तिकेच्या पैंजणांनासुद्धा त्याच्या आवाजाचा हेवा वाटला असता. त्या घड्याळामुळे झोपमोड होण्याचा बिलकूल संभव नव्हता. हे सारे खरे होते. पण त्या बहुगुणी घड्याळात एक मोठा अवगुण होता. ज्याच्या उशाशी ते ठेवावे, तोसुद्धा त्याचा गजर ऐकून जागा होत नव्हता.

नाजूक आवाज ही मोठी सुंदर देणगी आहे, यात संशय नाही. शेक्सपिअरच्या पोलोनिअसने आपल्या मुलाला केलेल्या उपदेशात, 'शक्य तेवढ्या नाजूक आवाजात बोलत जा. मोठ्या आवाजात बोलणं हे सभ्य गृहस्थाचं लक्षण नाही' अशा अर्थाचा काही भाग आहे की नाही, हे मला आठवत नाही. तो छापील प्रतीत नसला तरी शेक्सपिअरच्या मूळच्या हस्तलिखितात असला पाहिजे, अशी माझी खात्री आहे. कारण नाजूक आवाज ही साजूक लोण्याप्रमाणेच सर्वांना, सर्वकाळ आवडणारी गोष्ट आहे. सुंदर स्त्रीचे वर्णन करताना आपले संस्कृत कवी 'कोकिळकंठी' असे विशेषण वापरतात, ते काही गळ्याच्या रंगासाठी नव्हे; आवाजाच्या गोडव्याकरिताच!

पण एखादी गोष्ट केवळ सुंदर, काव्यमय किंवा तात्त्विकदृष्ट्या बरोबर असून काय उपयोग? तिचा व्यवहारात उपयोग व्हायला नको का? नदीवर फुलांचे पूल बांधून चालत नाही, ते दगडांचेच असावे लागतात.

त्या सुंदर घड्याळाचा तो मंजूळ गजर ऐकून आमच्या घरात कुणी जागेच होत नव्हते, त्याला त्या बापड्याने काय करावे? फार झाले तर ते घड्याळ तयार करणाऱ्या कंपनीने कॅटलॉगमध्ये 'सदरहू घड्याळ कुंभकर्ण आणि मंडळींसाठी नाही' असे छापून टाकावे. म्हणजे कुणाला फसविल्याचे पाप तिला लागणार नाही. ज्याची झोप सावध असेल, त्याला हे घड्याळ फार चांगले. ज्याला विद्येची आच असेल, त्याला छडीची जरुरी नाही आणि ज्याची सद्सद्विवेकबुद्धी जागृत असेल, त्याच्या बाबतीत हृदयपरिवर्तनाचा उपायही उत्तम. तसेच हे आहे. पण अशी माणसे जगात असून-नसून असतात किती? ती अधिक प्रमाणात निर्माण करण्याविषयी परमेश्वराची प्रार्थना करणे एवढेच आम्हा झोपाळू पामरांच्या हाती शिल्लक राहते.

त्या अनंतकोटी ब्रह्मांडनायकाला तशी प्रार्थना करून मी ते नवे सुंदर घड्याळ माझ्या टेबलावरच्या शोभेच्या वस्तूंत ठेवले आणि दुसऱ्या दिवशीपासून पहिल्या घड्याळाचाच गजर लावीत चला, असे मुलांना फर्माविले.

ते ऐकताच सौभाग्यवती म्हणाली,

"पण इकडली झोपमोड होईल ना?"

"ती व्हायलाच हवी."

"म्हणजे?"

"मलाही हिंदीचा अभ्यास करायचाय."

"तो पहाटे लवकर उठून करणार?"

"हो. संसाराच्या घाण्याला जुंपलेल्या बैलाला एरवी रिकामा वेळ केव्हा मिळणार?"

मी तिला असे तिरशिंगरावासारखे उत्तर दिले. यावरून दुसऱ्या दिवशी पहाटेपासून मी 'हमऽतुम' करू लागलो, असे मुळीच नाही. इंजिनाला वाफ सोडण्यासाठी एक जागा असते ना? तसे माणसालाही आपला राग काढायला कुणी ना कुणी लागते. म्हणून तर नवरा नित्य बायकोला टाकून बोलतो आणि बायको तिन्ही-त्रिकाळ त्याच्यावर रुसते, फुरंगटून बसते, रागावते, तावदारते, वगैरे वगैरे.

मात्र मुलांबरोबर पहाटे उठून हिंदीचा अभ्यास करण्याचा माझा बेत कायम आहे. त्या जुन्या घड्याळाच्या खणखणाटाने मी हल्ली थोडा-फार जागा होतो आणि या कुशीवरून त्या कुशीवर वळताना 'साखरझोप' हा शब्द हिंदीत कसा लिहायचा, याचा विचार करतो. हिंदीत साखर म्हणजे शक्कर आणि झोप म्हणजे नींद. तेव्हा साखरझोप म्हणजे शक्करनींद!

छे! हे काय हिंदी आहे, की हिंदीचे सोंग आहे. या गजराने मी अर्धवट जागा होतो, हे बरे नव्हे. याच्यापेक्षा मोठ्या आवाजाचे घड्याळ बाजारात मिळते की काय, ते पाहायला हवे. जितका आवाज मोठा, तितकी जागृती अधिक! त्या घड्याळाचा गजर सुरू होताच घराला आग लागली आहे की काय, असे वाटून माणसाने ताडकन अंथरुणावरून उठायला हवे. असे घड्याळ मिळाले, म्हणजे आपोआप माझा आळस जाईल आणि हिंदीचा अभ्यास सुरू होईल. शिवाय मुले हटकून पहाटे उठतील आणि हमखास परीक्षांत पास होतील, हा फायदा निराळाच!

१९५५

♥

२१

न्हाणीघर

स्वस्त घरे कशी बांधावीत, यासंबंधी आपल्या देशात सध्या जोराची चर्चा सुरू आहे. मी ती मोठ्या आवडीने वाचीत असतो. हा प्रश्न निकडीचा आहे, यात शंकाच नाही. मुंबईला एका खोलीच्या चार कोपऱ्यांत चार जोडप्यांनी संसार थाटल्याची

कथा परवाच एका मित्राने मला सांगितली. सिंदबादच्या सफरीपेक्षाही ती मला अद्भुत वाटली. पण सत्य हा कल्पितांचा राजा आहे, हेच खरे.

हे चार संसार चार महिने सुरळीत चालल्यास या जोडप्यांना राष्ट्रपतींच्या हस्ते सुवर्णपदके द्यावीत, अशी माझी नम्र सूचना आहे. कारण उघडच आहे. प्रसंगी दहा पुरुष जन्मभर एकत्र राहतील, पण दोन बायका तीन दिवस एके ठिकाणी सुखाने नांदणार नाहीत, असा आजपर्यंतचा आपला अनुभव आहे. तो लक्षात घेता, चार बायकांनी एकदासुद्धा पोलिसाला न बोलाविता एका खोलीत चार महिने प्रपंच करणे ही नि:संशय एव्हरेस्टचे शिखर गाठण्यापेक्षा अधिक कठीण गोष्ट आहे. ही सर्व दांपत्ये कुटुंबनियोजनाला अनुकूल आहेत, असं आपण गृहीत धरू या. तेवढ्यामुळे फार तर एक प्रश्न सुटेल... एकीचे पोर रडू लागल्यामुळे दुसरीची झोपमोड होण्याची आपत्ती टळेल, पण संसारात मूल ही काय एकच भानगड असते? एकीच्या यजमानांना लसणीची फोडणी दिलेली अंबाडीची भाजी आवडत असली आणि दुसरीच्या पतिराजांना तो सुगंध अगदी

असह्य होत असला, तर ही कुटुंबे एका खोलीत गुण्यागोविंदाने नांदायची कशी? कुणाची झोप कुंभकर्णासारखी असते. कुणाची फुलावर बसलेल्या फुलपाखरासारखी असते. कुणी घोरतो, कुणी झोपेत बडबडतो. कुणी कुणी तर मध्यरात्री वळकट्या गुंडाळून त्या डोक्यावर घेऊन झोपेत चालू लागतात. या सर्वांचे एका खोलीत पटायचे कसे? या पुरुषांत एखादा कवी असला... लेखक व लोकसंख्या यांचे सध्याचे प्रमाण लक्षात घेता तो असायला मुळीच हरकत नाही... तर त्याच्या हातून कवितादेवीची निर्वेध उपासना कशी होईल? या गोंधळात त्याला साधे यमक तरी सुचेल का? एका कोपऱ्यातील गृहिणी 'गुलाबी कोडे' ही गडकऱ्यांची कविता वाचीत आहे. नंबर दोनच्या कोपऱ्यात डालडा महाग झाल्याची चर्चा रंगली आहे. नंबर तीनच्या कोपऱ्यात काँग्रेसची भक्त असलेली बायको आणि कम्युनिस्ट नवरा यांनी द्वंद्वयुद्ध आरंभले आहे आणि नंबर चारच्या कोपऱ्यात आपल्या आईचे डोळे मुंबईच्या डॉक्टरांना दाखविणे आवश्यक असूनही तिला नवरा बोलावीत नाही, म्हणून बायकोचे नेपथ्यपाठ सुरू आहेत. तुम्हीच सांगा, अशा स्थितीत बारा गुणिले पंधराच्या खोलीतच काय, पण उभ्या जगात तरी शांती नांदू शकेल काय?

म्हणूनच स्वस्त घरे कशी बांधावीत, याचा विचार करणारे लोक युद्धे कशी थांबवावीत, या गोष्टीचा काथ्याकूट करणाऱ्या मुत्सद्द्यांपेक्षा मला अधिक प्रामाणिक, दूरदर्शी व आदरणीय वाटतात. वर्तमानपत्रात यासंबंधी जे काही छापून येते, त्याची कात्रणे मी कापून ठेवतो. दोन-तीन वर्षांपूर्वी मी हैदराबादच्या बाजूला एका साहित्य संमेलनाकरिता गेलो होतो. स्वस्त घरांविषयीची एक पुस्तिका मी तिथून मुद्दाम आणली, तिचा कसून अभ्यास केला. लवकरच या विषयावर व्याख्याने देण्याइतकी तयारी होईल माझी!

सारे वाचून मी इंजिनीयर कधी बनलो, अशी शंका एखाद्याच्या मनात येईल. मी इंजिनीयर तर नाहीच, पण साधा कंत्राटदारसुद्धा नाही. इतकेच नव्हे, तर घरबांधणीशी ज्यांचा नित्य संबंध येतो अशा गवंडी-सुतारांशीही माझे काही नाते नाही. चार मजली इमारतीच्या माथ्यावर काम करीत असलेला गवंडी पाहिला, की खालून माझे डोळे फिरतात. पेन्सिल करण्यापलीकडे माझ्या सुतारकीची प्रगती कधीच झाली नाही. नव्या स्वस्त घरांविषयी मला प्रेम वाटते, ते केवळ सामान्य माणसाचा प्रतिनिधी या नात्याने! लहानसे का होईना, स्वत:चे घर असणे... आपली झोपडी असणे... हा जीवनातल्या दैनंदिन आनंदाचा एक आवश्यक भाग आहे, अशी माझी श्रद्धा आहे, म्हणून! हा आनंद शहरातल्या शेकडा नव्याण्णव लोकांना अगदी दुर्मीळ झाला आहे. तो त्यांना मिळाला पाहिजे. त्यांचा जन्मसिद्ध हक्क आहे तो!

या नव्या स्वस्त घरांच्या नानाविध नकाशात मला नेहमी एक मोठा दोष दिसतो. तो दूर झाला नाही, तर माणसाच्या स्वतंत्र घराच्या आनंदात मोठी उणीव राहून जाईल, असे भय मला वाटते. असल्या कल्पित छोट्या घरांच्या चित्रात स्वयंपाकघरातल्या हात धुवायच्या जागेलाच न्हाणीघराची भूमिका पार पाडावी लागते. किर्लोस्कर नाटकमंडळीतला न्हावी 'शारदा' नाटकातल्या शंकराचार्यांची भूमिका करीत असल्याची कथा मी लहानपणी आजोबांकडून ऐकली आहे. त्यामुळे व्यवहारात कुणी कुठलीही भूमिका केली, तरी त्याविषयी मी तक्रार करीत नाही. याबाबतीत माझी खरी अडचण निराळीच आहे. घर कितीही चिमुरडे असो. त्यात स्वतंत्र न्हाणीघर असले पाहिजे, असे माझे प्रामाणिक मत आहे. त्याशिवाय त्या घराचा खराखुरा आनंद माणसाला मनमुराद कधीच लुटता येणार नाही.

माझा हा हट्ट वैयक्तिक आवडीनिवडीतून निर्माण झाला आहे, असे मात्र कृपा करून कुणी समजू नका. विद्यार्थिदशेत पावगीचे प्रवासवर्णन मी वाचले आहे. त्यातल्या तुर्कस्थानातल्या स्नानगृहाच्या माहितीने माझ्या तोंडाला पाणी सुटले होते, हे मी कबूल करतो. ऊन पाणी, थंड पाणी, हवे तेवढे पाणी, उंची साबण, अंघोळ घालायला एक सुंदर तरुणी, मालिश करायला दुसरी, अंग पुसायला तिसरी! हे सुंदर वर्णन इथेच थांबविणे बरे. आत्मचरित्र लिहिणाऱ्या माणसासारखी माझी स्थिती झाली आहे. मला जे आठवत आहे, त्यात सत्याचा भाग किती आणि स्वप्नरंजन किती, याची काहीच कल्पना मला करता येत नाही.

हमामखान्यातल्या त्या पद्धतीच्या स्नानाचा मी मुळीच पुरस्कर्ता नाही. मी काकस्नान करीत नाही, हे खरे आहे. पण एखाद्या दिवशी अंघोळ चुकली, म्हणून मला काही चुकल्याचुकल्यासारखे वाटत नाही. बादलीभर पाणी असले, तरी तेवढ्यात माझे अभ्यंगस्नान पार पडते. पीअर्स साबणाची जाहिरात तेवढी मी वाचली आहे. मला अंघोळीला कुठलाही साबण चालतो. फक्त तो साबण कपड्याचा किंवा कुत्र्याचा नसावा, एवढीच इच्छा असते. देवपणाच्या खालोखाल स्वच्छपणा हा मोठा गुण आहे, या उक्तीवरही माझा फारसा विश्वास नाही. धुवट कपडे वापरणारी, अगदी परीटघडीच्या कपड्यात वावरणारी, अनेक माणसे मी जवळून पाहिली आहेत. त्यांचे हात कशाने ना कशाने काळे झालेले असतात, हे मला ठाऊक आहे.

एक-दोन बादल्या गरम पाणी, साबणाचा लहानसा तुकडा (चित्रपटात मोलकरणीचे काम करणाऱ्या नटीने त्या साबणाची शिफारस केली असली, तर दुधात साखर पडली म्हणायची) आणि थोडा-फार कोरडा असा पंचा किंवा

टॉवेल एवढे भांडवल माझ्या स्नानसमारंभाला पुरते. मग न्हाणीघरातून पंधरा-वीस मिनिटांनी बाहेर प्रवेश करतो, तो हसतच. आपल्यात काहीतरी विलक्षण फरक पडला आहे, आपला चिडखोर स्वभाव पार नाहीसा झाला आहे, आता कुणी आपली स्वाक्षरी मागायला आले, तर 'हसा, नाचा, खेळा' हाच संदेश त्याला आपण देऊ, असे त्या क्षणी मला वाटत असते.

दररोज पंधरा मिनिटांत होणाऱ्या या क्रांतीचे कारण पुष्कळ दिवस मलासुद्धा कळले नव्हते. मग इतरांना त्याची कल्पना कशी येणार? न्हाणीघरात शिरताना माझ्या अंगात विश्वामित्र संचारला असला, तरी तिथून बाहेर पडताना मी वसिष्ठ होत असे. माझी पत्नी हा पालट पाहून चकित होई. स्वभावावर एखादे रामबाण औषध निघाले आहे, न्हाणीघराचे दार बंद करून गुप्तपणे ते मी घेत असतो, अशी काही तरी शंका तिला येत असावी. गंगास्नानाने सर्व पापे धुऊन जातात, या जुन्या समजुतीवर तिचा विश्वास नव्हता. पण आपल्या टीचभर न्हाणीघरातल्या ऊन पाण्यात मात्र काहीतरी अद्भुत गुण आहे, असे तिला राहून राहून वाटे. आपला नवरा वेळीअवेळी पुस्तकात डोके खुपसून बसतो आणि गोष्टी... नाहीतर कादंबऱ्या खरडतो. त्यापेक्षा हे मंतरलेले पाणी होमिओपॅथिक गोळ्यांच्या लहान लहान कुप्यात भरून ते विकत तो गावभर फिरेल, तर आपल्या कुटुंबाला चार पैसे अधिक मिळतील, असा पोक्त विचार तिच्या मनाला अधूनमधून चाटून जात असावा. तिने तो कधी माझ्यापाशी बोलून दाखविला नाही, ही गोष्ट निराळी; पण न्हाणीघरातून अंघोळ करून बाहेर आल्यावर माझ्या स्वरात आणि चेहऱ्यात जे विलक्षण अंतर पडे, त्याचे प्रतिबिंब तिच्या मुद्रेवर मला दररोज स्पष्ट दिसे.

त्यामुळे न्हाणीघरात अशी काय जादू असते, याचे मी संशोधन करू लागलो. पंचमहाभूतांपैकी जल हे त्यातल्या त्यात सौम्य भूत आहे. त्याच्या स्पर्शाने आपले मनही हळुवार होत असावे, असे मला प्रथम वाटले. पण हीच जलदेवता क्रुद्ध झाली, म्हणजे तुकारामसारख्या आगबोटींना घटकेतच समुद्राच्या तळाशी नेते, हे माहीत असल्यामुळे माझा हा शोध मलाच पटेना. मी दुसरी उपपत्ती शोधू लागलो. न्हाणीघराचे दार बंद केल्यामुळे माणसाला एकांत लाभतो, एकांत लाभल्यामुळे मनुष्य अंतर्मुख बनतो. मग त्याला आपले सारे स्वभावदोष दिसू लागतात. म्हणूनच न्हाणीघरात शिरताना नवरा ज्वालामुखीसारखा असला, तरी तिथून बाहेर पडताना तो हिमालय होतो. ही मीमांसा मला काही दिवस ठीक वाटली. पण पुढे तिच्याविषयी अनेक शंकाकुशंका मनात निर्माण होऊ लागल्या. आत्महत्या करणारे लोकही दारे बंद करूनच एकांतात आपले भयंकर काम पार पाडतात. तेव्हा एकांत हा मनुष्याच्या चांगल्या कल्पनांचे

पोषण करतो, असे छातीवर हात ठेवून कसे म्हणता येईल? गर्दीत मनुष्य नकळत सामाजिक बनतो, सर्वसामान्य माणसाच्या पातळीवर राहतो. एकांतात तो देव तरी होईल किंवा पशू तरी बनेल. अरण्याचा आश्रय केवळ तपस्वीच करीत नाहीत. त्यांच्या जोडीने हिंस्र पशू असतातच.

मग न्हाणीघरात माणूस इतका माणसाळतो कसा? तिथे अशी कुठली जडीबुटी असते? अनेक वर्षे मी या गोष्टीचा विचार करीत होतो. शेवटी एके दिवशी या प्रश्नाचे उत्तर मला सापडले. अंघोळीला जाता जाता अगदी क्षुल्लक कारणावरून... मी आणलेल्या दोडक्यातली दोन-चार कडू निघाली, त्यावर 'पुरुषांना व्यवहारात काही कळत नाही' असा सौभाग्यवतीने शेरा मारला. 'पुरुष काही दोडक्याच्या पोटात शिरत नाही' असे मी तिला उत्तर दिले. लगेच जिथे आत शिरण्याचा प्रश्न नव्हता, अशी दुसरी चूक तिने मला दाखविली. मी आणलेला साबूदाणा शिजतच नव्हता. मी रागारागाने म्हणालो, 'पुढल्या खेपेला साबूदाणा आणताना स्टो, काकडा, आगपेटी, स्पिरिटची बाटली वगैरे साहित्य घेऊनच बाजारात जातो मी. त्या दुकानदारासमोर बैठक मारतो. नमुन्याकरिता थोडा साबूदाणा घेऊन शिजवून खाऊन पाहतो आणि मग...' (...यावर ती काय बोलली आणि मी तिला उलट उत्तर कसे दिले, इत्यादी इत्यादी सांगण्याची काही जरुरी नाही. प्रत्येक घराच्या भिंतींना हे संवाद पाठ असतात.)... आमचे भांडण झाले. मी तावातावाने न्हाणीघरात गेलो. बाबाजी दौलतराव राण्यांच्या तुकारामाप्रमाणे 'हा नको नको संसार' अशी माझी स्थिती झाली होती. मी बंबातले पाणी सोडले. बादली पाण्याने भरली. पण ते गरम पाणी काही केल्या मला गरम वाटेना. त्या पाण्यात हात बुडवून मी स्वस्थ बसलो. नकळत माझी बोटे त्या पाण्याशी खेळू लागली. माझे बाळपण परत आले. ती बादली हे माझे तळे झाले. माझ्या बोटांच्या हालचालीने त्या तळ्यात सुंदर तरंग उठू लागले. त्या तरंगांत आमच्या सहजीवनाची अनेक चित्रे मला दिसू लागली. कितीतरी गोड आठवणींनी माझे मन गजबजून गेले. त्या तंद्रीतून मी भानावर आलो, तो स्वतःच्या आवाजाने! मी गात होतो! पुष्कळ वर्षांपूर्वी वाचलेल्या एका कवितेच्या ओळी मी मोकळेपणाने गुणगुणत होतो...

'चल ये वेडे! का घेतिस आढेवेढे?'

बंद न्हाणीघरातून माझा राग कुठे पळून गेला, केव्हा गेला, कसा गेला, हे मला कळेना. किंबहुना मी मघाशी रागावलो होतो हेच खरे वाटेना मला. गाण्याचा आवाज नसूनही मी गात होतो. सारी लाजभीड सोडून!

पंचवीस वर्षांपूर्वी मी स्वतःची एखादी कविता म्हणून दाखवावी, म्हणून

लक्ष्मीबाई टिळकांनी जंग जंग पछाडले होते. अगदी सासूसारखे छळले त्यांनी मला त्या दिवशी. तेव्हा मी ऐन पंचविशीत होतो. वेडेवाकडे गाणेच काय, पण नाचणेसुद्धा मला शोभून दिसले असते. पण त्या दिवशी लक्ष्मीबाईंना मी काही दाद दिली नाही. 'देवानं मला तोंड दिलंय, पण गळा दिला नाही. तुम्ही व तात्यासाहेब कोल्हटकर असे दोनच श्रोते इथं आहात, तरीसुद्धा तुमच्यापुढं तासभर व्याख्यान द्यायला तयार आहे मी. पण कवितेची एक ओळसुद्धा म्हणू शकत नाही मी. क्षमा करा मला', असे मी त्यांना सांगितले.

अजूनही माझी तीच भूमिका कायम आहे. मला तिचा विसर पडतो. तो फक्त एके ठिकाणी! न्हाणीघरात! जगासाठी अंगावर चढविलेले अनेक कपडे जसे आपण न्हाणीघरात बाजूला काढून ठेवतो, त्याचप्रमाणे मनाच्या साऱ्या काळज्या आणि दु:खेही आपण तिथे दूर भिरकावून देतो.

पाणी हे जीवन आहे; धान्याच्या, फुलांच्या आणि फळांच्या निर्मितीशी त्याचा निकटचा संबंध आहे, हे तत्त्व नकळत न्हाणीघरात तो चिमुकला एकांत माझ्या मनात बिंबवतो. बादलीतले पाणी अंगावर घेतले की केवळ शरीराचाच नव्हे, तर माझ्या मनाचासुद्धा मळ धुऊन जातो. क्षुद्र किंवा क्षुल्लक कारणाने मनात निर्माण झालेले रागलोभ या यक्षभूमीत मला हास्यास्पद वाटू लागतात. न्हाणीघरातून बाहेर पडताना झाले गेले विसरून जायचे आणि नव्या सुंदर जीवनाला सुरुवात करायची, असा मी मनाशी निश्चय करतो. त्या निश्चयाने माझ्या शरीराचा कण नि कण, मनाचा अणू नि अणू फुलून जातो. सुंदर संकल्पाइतके सुख जगात दुसऱ्या कुठल्याच गोष्टीत नसते. बादलीतले पाणी तांब्यातांब्याने मी अंगावर ओतीत असतो. पण त्यातल्या थेंबाथेंबाच्या स्पर्शाने कुठल्या तरी गोड समुद्राच्या लाटांवर मी तरंगत आहे, असा मला भास होतो आणि मग त्या आनंदाच्या भरात मी गाऊ लागतो.

गळा नाही म्हणून चारचौघांत गाण्याकरिता तोंड उघडायची आपल्यापैकी बहुतेकांना लाज वाटते. पण न्हाणीघरात गोष्ट निराळी आहे. 'आप आप के तान में चिडिया मस्त है' अशी तिथे आपली अवस्था होते. कुठल्याही बंद न्हाणीघराला कान लावून क्षणभर उभे राहा. तुमच्या कानांवर संगीताचे सूर पडल्याखेरीज राहणार नाहीत. प्रौढ कुलीन स्त्रीसुद्धा 'तेरा प्यार मेरा प्यार' हे गाणे गुणगुणू शकेल, अशी साऱ्या जगात ती एकच जागा आहे.

प्रत्येक घराला बंद आणि स्वतंत्र न्हाणीघर हवे, असा माझा आग्रह आहे तो या स्वैर संगीतासाठीच! यांत्रिक जीवनाच्या चक्रात सापडलेल्या शहरातल्या गरीब माणसाला संगीत कुठे सुचत असेल, तर ते फक्त न्हाणीघरात! असे

स्वगत संगीत हा जीवनाचा सुगंध आहे. सिलोन रेडिओवरून हरघडी ऐकू येणाऱ्या हजार नाचऱ्या शृंगारिक गाण्यांपेक्षाही प्रत्येकाने स्वत:च्या नादात गुंग होऊन साध्या आवाजात म्हटलेल्या कुठल्याही ओळी मला अधिक गोड वाटतात. त्यात केवळ कानांचे संगीत नसते. मनाचे संगीत त्यातून प्रगट होत असते.

१९५३

♥

२२

धागा

ती बातमी वाचून मी बेचैन झालो. आपल्याला बसने जायचे आहे, एक-दोन मिनिटे उशीर झाला, तर बससाठी वीस मिनिटे तिष्ठत उभे राहावे लागेल. हे सारे सारे मी विसरून गेलो. माझे डोळे त्या बातमीवर खिळून राहिले. पायाला काटा टोचला, की क्षणभर त्या वेदनेशिवाय दुसरे काही सुचत नाही माणसाला. त्या क्षणी बाकीच्या साऱ्या जगाचे अस्तित्व त्याच्या लेखी नाहीसे होते, तशी माझी स्थिती झाली.

त्या अभद्र दु:खद वार्तेवर विश्वास ठेवायला माझे मन तयार होईना. वर्तमानपत्रे बातम्यांच्या हव्या त्या वावड्या उडविण्यात पटाईत असतात, हे खरे. पण ते राजकारणाच्या क्रीडांगणावर! उगाच एखाद्या मनुष्याच्या मृत्यूची वार्ता ती बिचारी कशाला छापतील?

मृत्यूविषयी मी पुष्कळ वाचले आहे; थोडा विचार केला आहे. जगावर राज्य गाजविणाऱ्या या उग्र, लहरी आणि जुलमी राक्षसाकडे मी अनेकदा भयभीत दृष्टीने पाहिले आहे. त्याच्या डोळ्याशी डोळा देण्याचा प्रयत्नही केला आहे. अद्यापि ते मला जमलेले नाही. उरलेल्या आयुष्यात जमेल असे वाटत नाही. 'जातस्य हि ध्रुवो मृत्यु:' वगैरे वगैरे गीतेतले श्लोक मी लहानपणीच पाठ केले आहेत. अर्थात गीताजयंतीच्या दिवशी ते म्हणून दाखवून बक्षीस मिळविण्याकरता. ओळखीदेखीच्या एखाद्या माणसाच्या मरणाच्या वार्तेने मन अस्वस्थ होऊन गेले, की मी ते स्वत:शीच पुटपुटतो. भाजलेल्या जागी शाई

किंवा मध लावावा, इतकासुद्धा त्यांचा उपयोग होत नाही. पण क्षणार्धात होत्याचे नव्हते करून टाकणाऱ्या मृत्यूच्या धक्क्याने तोल गेलेल्या मानवी मनाला कसला तरी आधार लागतो. जगातले सर्व तत्त्वज्ञान हे या एका गरजेच्या पोटी निर्माण झाले आहे, असे मला वाटते.

आजच्या मृत्यूच्या वार्तेने नेहमीप्रमाणे मला विव्हळ केले. तसे पाहिले, तर या बातमीच्या नायकाशी माझी तोंडओळखसुद्धा नव्हती. तो गतवर्षी भारतात आला होता, पण मी काही त्याला पाहिले नव्हते. त्याचे नाव मी वारंवार वाचले होते; ऐकले होते. पण माझे नाव त्याला ठाऊक असण्याचा काडीइतकाही संभव नव्हता. असे असूनही त्याच्या मृत्यूच्या वार्तेने माझे मन व्यथित झाले होते.

कॉली स्मिथचा मृत्यू! वेस्ट इंडीजचा क्रिकेट संघ भारतात आला असताना स्मिथने अनेक वेळा पराक्रम गाजवला होता. हा क्रीडापटू युवक अवघ्या सव्विसाव्या वर्षी एका मोटारअपघातात सापडून मृत्यू पावावा, या घटनेला काही अर्थ आहे काय? त्याच्या जिवलगांचे दु:ख, त्याच्या आप्तेष्टांचे आणि स्नेह्यासोबत्यांचे दु:ख, त्याच्या संघाचे दु:ख, त्याच्या देशाचे दु:ख यांच्याशी तुलना केली, तर माझे दु:ख क:पदार्थ होते. पण त्यालाही निश्चित अस्तित्व होते. हे दु:ख माझ्या मनात टोचत होते; मला अस्वस्थ करून सोडीत होते.

मी पुन:पुन्हा स्वत:ला विचारीत होतो, माणूस हा निर्दय नियतीच्या विराट चक्राच्या आसावर बसलेला काय एक क्षुद्र कीटक आहे? हा कीटक विलक्षण वेगाने फिरणाऱ्या त्या चक्राखाली केव्हा सापडावा आणि त्याचा चोळामोळा केव्हा व्हावा, त्याला काहीच नियम नाही का? जगातले वैषम्य, जगातले नैर्घृण्य, जगातले अकाल मृत्यूचे हे आकांडतांडव या सर्व गोष्टी आवश्यक आहेत काय?

तसे पाहिले, तर हे प्रश्न जगाच्या दृष्टीने काय किंवा माझ्या दृष्टीने काय, नवीन नव्हते. पण स्मिथच्या आकस्मिक आणि अपघाती मृत्यूने माझ्या मनातल्या या साऱ्या प्रश्नांच्या खपल्या एका क्षणात उडवून टाकल्या. त्या जखमा पुन्हा ओल्या दिसू लागल्या. त्यांचे ते लालभडक आणि किंचित ओंगळ स्वरूप मला पाहवेना.

खरेच, जगात तरुण माणसे अशी अकाली मृत्युमुखी का पडतात? शेले, कीट्स, बालकवि, गडकरी यांना या जगात दीर्घकाल राहण्याची परवानगी का मिळत नाही? लिंकन आणि गांधी यांच्यासारख्या सज्जनांची हत्या का होते? खलपुरुषांचा अनेकदा सहजासहजी विजय झालेला का आढळतो? एकमेकांच्या गळ्यात गळा घालून फिरणारी माणसे एकमेकांचे गळे कापायला का तयार होतात? जगाच्या बाजारात एकनिष्ठ प्रेमाच्या पारड्याच्या तुलनेने व्यभिचाराचे पारडे जड का ठरते? मानवाचे जीवन हा काय नुसता काळपुरुषाने फुगविलेला एक

रंगीबेरंगी फुगा आहे? का काही उच्च मूल्यांनी आणि उदात्त भावनांनी प्रेरित झालेला या सृष्टीचा तो एक घटक आहे?

असले प्रश्न मनात येऊ लागले, म्हणजे मग काही सुचेनासे होते. स्वर्ग, नरक, परलोक, पूर्वजन्म, पुनर्जन्म, कर्मवाद वगैरे आपल्या संस्कृतीतल्या सर्व गोष्टी या प्रश्नांची उत्तरे देण्याकरिता शोधून काढलेली बनावट उत्तरे वाटू लागतात. उदाहरण सुटेनासे झाले, म्हणजे मुले पुस्तकात शेवटी दिलेले त्याचे उत्तर पाहून ते बरोबर लिहितात. मात्र मधली रीत पाहावी, तर सारा गडबडगुंडा असतो. तसाच हा प्रकार आहे. भारतीय तत्त्वज्ञानाच्या किल्ल्या या प्रश्नांच्या कुलपांच्या आत सहज जातात. पण ती कुलपे मात्र काही केल्या उघडत नाहीत.

आपल्या या तत्त्वज्ञानामुळेच संस्कृत साहित्यात शोकान्तिका निर्माण झाली नाही. खरी शोकांतिका आमचे साहित्यिक अजूनही निर्माण करू शकत नाहीत. ज्या जगात परमेश्वराचे राज्य आहे, त्यात कोणत्याही कथेचा शेवट दुःखान्त कसा होईल? सज्जन मनुष्य संकटात सापडला असताना परमेश्वर काय स्वर्गात स्वस्थ बसून अमृत पीत बसेल? साहजिकच डोंबाचा नोकर झालेल्या हरिश्चंद्रावर तारामतीच्या शिरच्छेदाची पाळी येताच भगवान शंकराला कैलासाहून नंदीला पिटाळावे लागते आणि पृथ्वीवर योग्य वेळी दाखल होऊन हरिश्चंद्राचा हात धरावा लागतो.

या कल्पनेपायीच मुळात आदर्श नसलेला दुष्यंत कालिदासाने शक्य तेवढा सज्जन घडविला आहे. वास्तविक शाकुंतल हे दुःखान्तच नाटक व्हायचे. चार दिवस एखाद्या आश्रमातल्या पोरीबरोबर मजा मारणारा राजा पुढे तिची आठवण कशाला ठेवील? कलावंतिणीच्या कुळात जन्माला आलेली वसंतसेना अंतर्बाह्य पवित्र दाखविण्याकरिता आमचा कवी धडपड करतो, याचे कारण हेच आहे. पण जगात आदर्श जीवन जगणारे थोडे. त्या आदर्शापासून ढळणारेच पुष्कळ! त्या ढळणाऱ्यांचे चित्रण जर आमचे साहित्य सतत करीत गेले, तर जीवनातल्या कठोर वास्तवतेचा सरळ दृष्टीने विचार करण्याची शक्ती भारतीय मनाला प्राप्त झाली असती.

जीवनात प्रीती, भीती, काम, लोभ, आशा, मत्सर, मृत्यू, आजार, प्रेमभंग इत्यादी गोष्टी आणि त्यातून निर्माण होणाऱ्या शोकांतिका यांचे स्थान फार मोठे आहे. सामान्य मनुष्याला असामान्यतेचा एखादा सुवर्णक्षण लाभतो, तो अशा तीव्र दुःखाच्या क्षणीच! घरातल्या प्रिय व्यक्तीवर मृत्यूची छाया पसरल्याची खात्री झाली म्हणजे माणसाचे मन गलबलून जाते. या विश्वाच्या अफाट पसाऱ्यात आपली किंमत किती अल्प आहे- जवळजवळ शून्य आहे- याची त्याला पुरेपूर कल्पना येते. तो नकळत तत्त्वज्ञ बनतो.

अशा प्रसंगी तो केवळ तत्त्वज्ञच होत नाही. तो कवीही होऊ लागतो. ती प्रिय

व्यक्ती आता आपल्याला दीर्घकाळ लाभणार नाही, म्हणून तिच्या अगदी लहानसहान सुखांकडेसुद्धा तो अष्टौप्रहर लक्ष देऊ लागतो. तिचे सगळे अवगुण विसरून जाऊन तिच्या गुणांवर तो उत्कट प्रेम करायला सुरुवात करतो. त्या व्यक्तीचे नुसते अस्तित्वसुद्धा किती सुखदायक आहे, याची दिव्य प्रचिती अशा वेळी माणसाला येते. मग मनुष्य नकळत अहंकाराच्या, वासनातृप्तीच्या आणि आपल्या क्षुद्र, संकुचित वृत्तीच्या बाहेर पडतो. काही क्षण का होईना, तो दुसऱ्याकरता जगतो. विशाल जीवनाचा अनुभव घेतो.

असाच एक अंतर्मुखतेचा क्षण कॉली स्मिथच्या मृत्यूने मला मिळाला, त्याबद्दल मी त्याचा अत्यंत ऋणी आहे. हा क्षण क्रिकेटच्या कसोटी सामन्यातल्या त्याच्या शतकाइतकाच मला महत्त्वाचा वाटतो. कारण वेस्ट इंडीजमधला एक प्रख्यात क्रिकेटपटू आणि भारतातला एक सामान्य मनुष्य यांच्यामधला तो अदृश्य पूल आहे. खेळातला चेंडू सहज सीमापार करणाऱ्या कॉली स्मिथला नियतीने अगदी अकाली आणि अचानक या जगाच्या सीमांच्या पलीकडे नेले असले, तरी जीवनाच्या क्षणभंगुरतेच्या करुण, अदृश्य धाग्याने त्याला आणि मला कायमचे जोडले आहे.

१९५९

♥

www.ingramcontent.com/pod-product-compliance
Lightning Source LLC
LaVergne TN
LVHW092358220825
819400LV00031B/435
* 9 7 8 8 1 7 1 6 1 2 9 3 2 *